சி.ஜெ.ராஜ்குமார்

திசை ஒளி

A Book on Advanced Film Lighting

ஒளி
ஓவியம் பாகம் 2

டிஸ்கவரி பப்ளிகேஷன்ஸ்
எண்: 9, பிளாட் எண்: 1080A, ரோஹிணி பிளாட்ஸ்
முனுசாமி சாலை, கே.கே.நகர் மேற்கு,
சென்னை - 600 078. பேச: 99404 46650

திசை ஒளி
(ஒளி ஓவியம் - பாகம் 2)

ஆசிரியர்: சி.ஜெ.ராஜ்குமார்©

THISAI OLI
Author: **C.J.RAJKUMAR**©

Printed: Ramani Print Solutions, Chennai -5.

1st Edition: July - 2017, 2nd Edition: Dec - 2021

வெளியீட்டு எண்: 0057   ISBN: 978-93-86555-01-4

Pages: 120

Rs. 350

Design & Photos: **Kalaikuviyal**
Back Cover Photo: **R.Rajesh**

Publisher • *Sales Rights*

Discovery Publications	**Discovery Book Palace (P) Ltd**
No. 9, Plot,1080A,	No. 6, Mahaveer Complex,
Rohini Flats,	Munusamy Salai,
Munusamy Salai,	K.K.Nagar West,
K.K.Nagar West,	Chennai-600 078.
Chennai - 600 078.	Ph: (044) 4855 7525
Mobile: +91 99404 46650	Mobile: +91 87545 07070

discoverybookpalace@gmail.com
WWW.DISCOVERYBOOKPALACE.COM

இந்த நூலில் பிரசுரமாகியுள்ள எந்த ஒரு பகுதியையும் பதிப்பாளரின் எழுத்துபூர்வமான முன்அனுமதி பெறாமல் எடுத்தாள்வதோ, மறுபிரசுரம் செய்வதோ, மொழியாக்கம் செய்வதோ, அச்சு மற்றும் மின்னணு ஊடகங்களில் மறுபதிப்புச் செய்வதோ, காப்புரிமைச் சட்டப்படி தடை செய்யப்பட்டுள்ளது. இந்த நூலிலிருந்து குறிப்பிட்ட பகுதிகளை மேற்கோள்காட்டி புத்தக விமர்சனம் செய்ய, ஊடகங்களுக்கு மட்டும் அனுமதி உண்டு.

உங்கள் மொபைல் போனிலிருந்து ஸ்கேன் செய்து 'டிஸ்கவரி புக் பேலஸ்' மொபைல் ஆப்பை டவுன்லோடு செய்து, புத்தகங்களை வாங்குங்கள்.

சமர்ப்பணம்
நவீன ஒளிப்பதிவின் பிதாமகர் கி.வின்சென்ட் மாஸ்டர் அவர்களுக்கு...!

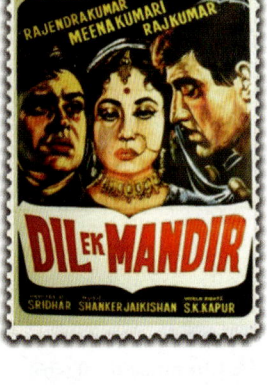

அணிந்துரை

எந்த ஒரு விஷயத்தையும் சொல்லவும் கற்றுக்கொள்ளவும் தாய் மொழிதான் சிறந்தது என்பது எல்லோரும் அறிந்ததே. எனினும், இதுவரை ஆங்கிலப் புத்தகங்கள் வாயிலாகவே நான் தொழில் நுட்பங்களைத் தெரிந்து கொண்டேன். தமிழிலும் அத்தகைய தெளிவுடனும் எளிதாகவும் கற்றுக்கொள்ள முடியும் என்று உணர்ந்தது சி.ஜெ.ராஜ்குமாரின் புத்தகங்களைப் படித்த பிறகுதான்.

படிப்பவர்களுக்கு எளிதில் புரியும் தொழில்முறை பதங்கள் **(technical terminology)** மற்றும் உரிய படங்களுடன் வெளிவந்திருக்கிறது இந்நூல். ஒளி ஓவியம் புத்தகத்தின் இரண்டாவது பாகமான திசை ஒளி-யில் ஒளிப்பதிவுக் கலையின் அதி நுணுக்கங்களையும், பலதரப்பட்ட திரைப்படங்களுக்கு **(different genres of films)** கதைக்கு மெருகூட்டும் வகையில் கதையின் போக்குடனும், கலை நயத்துடனும் எவ்வாறு ஒளிப்பதிவு செய்வது என்பதையும், பல்வேறு ஒளிவிளக்குகளின் தன்மைகளையும் (குறிப்பாக இன்று வெகுவாக பிரபலமாகிக் கொண்டிருக்கும் லிணிஞி விளக்குகளின் சிறப்பம்சங்களையும்) பற்றி விரிவாகவும் முன்யோசனையுடனும் எழுதப்பட்டுள்ளது.

தவிர, எந்த தொழில்கூடத்திலும் இயங்குவதற்கு முன் அங்கு எந்தவிதமான அசம்பாவிதமும் ஆபத்தும் நேர்ந்துவிடாமல் தடுக்கவும், தொடங்கிய வேலையை **(process)** திட்டமிட்டபடி வெற்றிகரமாக எந்தவித நிகழ்வும் இல்லாமல் **(incident free)** நடத்தி முடிக்கவும் பாதுகாப்பு நடவடிக்கைகள் **(safety first)** மிகவும் முக்கியம். அதனை மனதில் கொண்டு, மின்சாரத்தின் தன்மையைப் பற்றியும், மின்சார இணைப்புகளை பாதுகாப்பாக கையாளுவது பற்றியும் முதல் அத்தியாயத்திலேயே சொல்லப்பட்டிருப்பது இப்புத்தகத்தின் பாராட்டுதலுக்குரிய சிறப்பம்சம்.

S. சிவராமன், B.Sc., DF.Tech.,
General Manager (Operations),
Prasad Film Laboratories,
Chennai.

பதிப்புரை

ஒளி என்ற இரண்டெழுத்து வார்த்தைக்குள் இவ்வளவு நிறங்களா, இவ்வளவு வகைகளா, இவ்வளவு ரகசியங்களைக் கொண்டதா இந்த ஒளி என்பதுபோல திசை ஒளியின் பக்கங்களைப் புரட்டும்போது ஆச்சரியங்கள் அகல விரிகின்றன.

ஆனாலும் இருளையே முதலீடாகக் கொண்டுள்ள இந்த ஒளி இன்னும்கூட தனக்கென்று ஏதோ ஒரு அந்தரங்கத்தை மறைத்து வைத்திருக்குமோ, அவை நமக்குத் தெரிய வாய்ப்பில் லாமல் போய்விடுமோ என்று இதற்கு முந்தைய ஒளி ஓவியம் புத்தகம் மூலம் ஒரு தாகத்தை உண்டாக்கினார் ஒளிப்பதிவாளார் சி.ஜெ.ராஜ்குமார் அவர்கள்.

தனது எழுத்தின் மூலமும், அனுபவத்தின் மூலமும் ஒளி தனக்குள்ளாக வைத்துள்ள அனைத்து ரகசியங்களையும் இந்தப் புத்தகத்தின் மூலமும் கொஞ்சம் கொஞ்சமாக அம்பலப்படுத்திக்கொண்டே வருகிறார்.

ஒரு கட்டத்தில் நாம் தொட்டுப் பேசினால் பேசவும், நம்மோடு நடனமாடவும் சிரிக்கவும் அழவும் கூட செய்கிறது ஒளி. ஒளியை முழுமையாக வசப்படுத்திக்கொண்ட நம் மனம் ஆனந்தக்கூத்தாடுகிறது. ஒளியை நாம் ஆள்கிறோம். பின் நாமே ஒளியாகி நிற்கிறோம். இப்போது திசைஒளி நம்மை ஆள்கிறது.

மு.வேடியப்பன்,
பதிப்பாளர்

நூல் அறிமுகம்

சில வருடங்களுக்கு முன்பு வரை ஒளிப்பதிவுத் தொழில்நுட்பம் பற்றிய புத்தகங்கள் தமிழில் இல்லை. அதன் பிறகு, மிகவும் குறுகிய காலகட்டத்திலேயே, (நான்கைந்தாண்டுகள் இருக்கலாம்), ஒளிப்பதிவைப் பற்றி ஐந்து புத்தகங்களை ராஜ்குமார் தொடர்ந்து எழுதியிருக்கிறார்.

ஒளியமைப்பு செய்வதை பற்றிய இவரது புத்தகமான ஒளி ஓவியம் புத்தகத்தைப் பார்த்து பிரமித்த நான், அதன் பிறகு வரும் இந்தப் புத்தகத்தில் என்ன சொல்லப்போகிறார் என்ற ஆர்வம் கொண்டிருந்தேன். திசை ஒளி -யை முழுமையாகப் படித்து முடித்த பிறகு, இதனை அமெரிக்கன் சினிமெடொ:கிரா:பர்ஸ் மேனுவலுக்கு இணையான புத்தகம் என்றே என்னால் மதிப்பிட முடிகிறது.

கலாபூர்வமான ஒளியமைப்பைப் பற்றி மட்டுமே எழுதாமல் சவால் நிறைந்த ஒளியமைப்புகளைப் பற்றியெல்லாம் மிகச் சிறப்பாகவும் எளிமையாகவும் விளக்கியிருக்கிறார்.

தன் கடமையை அவர் செவ்வனே செய்துவிட்டார். இனி வாசகர்கள் இந்தப் புத்தகத்தைப் படித்து தங்கள் துறையில் மேன்மேலும் உயர இதனை ஒரு கருவியாக உபயோகித்துக் கொள்ள வேண்டும் என்று விரும்புகிறேன்.

ஒளிப்பதிவுக்கலை பயிலும் மாணவர்களுக்கு மட்டுமல்ல; ஒளிப்பதிவு இயக்குநர்களுக்கே ஒரு க்விக் ரெ:பரன்ஸ் கைடாகவும் இப்புத்தகம் பயன்படும்.

தொழில்நுட்ப மாற்றம் தொடர்ந்து நிகழ்ந்துகொண்டேதான் இருக்கும். அவற்றை பற்றி எல்லாம் சி.ஜெ.ராஜ்குமார் எழுதுவார், எழுதவேண்டும் என்று வாழ்த்துகிறேன்.

B.கண்ணன்,
ஒளிப்பதிவு இயக்குநர்
பொதுச்செயலாளர்,
தென்னிந்திய ஒளிப்பதிவாளர்கள் சங்கம்.

என்னுரை

பரவலான வரவேற்போடு ஒளி ஓவியம் வெளிவந்து ஓராண்டுக்குப் பிறகு அதன் இரண்டாம் பாகமான திசை ஒளி வெளிவருகிறது.

ஒளி ஓவியம் புத்தகத்தை தலைமையேற்று வெளியிட்டதோடு மட்டுமல்லாமல் பல்வேறு சந்தர்ப்பங்களில் அதனை பரிந்துரைக்கவும் செய்த ஒளிப்பதிவாளர்கள் சங்கத்தின் தலைவரும் எங்களின் ஆசானுமான பி.சி.ஸ்ரீராம் அவர்களுக்கு என் மனமார்ந்த நன்றிகளை உரித்தாக்குகிறேன்.

ஒரு அலைபேசி அழைப்பில் தங்கள் திரைப்படங்களில் பயன்படுத்திய லைட்டிங் தொடர்பான ஒளிப்படங்களை உடனடியாக அனுப்பி வைத்த ஒளிப்பதிவாளர்கள், நண்பர் மகேஷ் முத்துசாமி, சுகுமார் மற்றும் சுஜித் சாரங் ஆகியோருக்கு என் அன்பு.

தான் பணியாற்றிக்கொண்டிருந்த திரைப்படத்தில் உபயோகித்த மிகச் சமீபத்திய வரவான லூமா பேனல் லைட்டுகளைப் பற்றிப் பகிர்ந்து கொண்ட ஒளிப்பதிவாளர் நீரவ் ஷா அவர்களுக்கு என் நன்றிகள்.
என் எல்லா புத்தகங்களையும் முதலில் படித்து திருத்தங்கள் செய்து தேவைப்படும் அறிவுரைகள் சொல்லும் சிவராமன் சார் வழங்கும் அணிந்துரை என் புத்தகங்களுக்கான சான்றிதழ் எனலாம்.
மின் சக்தி தொடர்பான எனது சந்தேகங்களுக்கு விளக்கமளித்த தென்னிந்திய ஒளிப்பதிவாளர்கள் சங்கத்தின் பொதுச் செயலாளரும், என் நலம்விரும்பியுமான ஒளிப்பதிவாளர் B.கண்ணன் சாருக்கு என் அன்பும் நன்றியும்.

சினிமா தொழில்நுட்பப்புத்தகங்களுக்கான தேவையை உணர்ந்தவரும், புத்தக உருவாக்கத்தின் எந்த நிலையிலும் சமரசம் செய்துகொள்ளாதவருமான நண்பர் வேடியப்பனின் டிஸ்கவரி புக் பேலஸ் வெளியீட்டில் இப்புத்தகம் வெளிவருவது மிகுந்த மகிழ்ச்சி அளிக்கிறது.

முன் எப்போதும் போலவே இந்தப் புத்தகத்தின் தரத்தையும் தங்களது ஆத்மார்த்தமான உழைப்பால் மேம்படுத்தியிருக்கும் கலைஞர்கள், கலைக்குவியல் அரவிந்த் மற்றும் ராதா பழனிசாமி ஆகியோருக்கு என் உளமார்ந்த அன்பு.

சி.ஜெ.ராஜ்குமார்.
ஒளிப்பதிவு இயக்குநர்.
9025775455
cj_rajkumar@yahoo.co.in

திசை ஒளி

ஒளி ஓவியம் – பாகம் 2

பொருளடக்கம்

1. மின் சக்தி 9
2. ஒளி ஜெல்கள் 14
3. கேமியோ மற்றும் நூரெம்பெர்க் ஒளியமைப்பு 26
4. வண்ண ஒழுங்கமைவு 31
5. புதிய ஒளிவிளக்குகள் 36
6. மூன்று அடுக்கு – ஒளியமைப்பு 54
7. ஜன்னல் வழி ஒளியமைப்பு 62
8. திசைக்கோணம் – வெளிப்புற ஒளியமைப்பு 68
9. மழைக்காட்சிக்கான ஒளியமைப்பு 75
10. புகைமூட்டம், மெழுகுவர்த்தி, நெருப்பு – ஒளியமைப்பு 82
11. கண்ணாடி 86
12. க்ரீன் மேட்டுக்கான ஒளியமைப்பு 89
13. இரவுநேர வெளிப்புற ஒளிப்பதிவு 94
14. லூமா பேனல் ஒளி விளக்குகள் 102
15. ஒளியமைப்பு – ஹை ஸ்பீட் ஒளிப்பதிவு 105
16. நகரும் கதாபாத்திரங்கள் 110
17. குறைந்த பட்ஜெட் ஒளியமைப்பு 114
18. முகங்கள் 118

8

மின் சக்தி

பாடம் 1

மின் சக்தி

திரைப்படத்துறையில் பல்வேறு மின் இணைப்புகள் மூலம் ஒளியூட்டல் செயல்படுத்தப்படுகிறது. மின்சாரம் என்பது மின்துகள்களான எலக்ட்ரான்களின் ஓட்டமே. இவை காப்பர் மற்றும் உலோக மின் கம்பிகள் மூலமாக செலுத்தப்படுகிறது. மின் ஓட்டம் எப்பொழுதும் நெகடிவிலிருந்து பாசிடிவ் (negative to postive) அமைப்பில் இருக்கும்.

நீர், உலோகம் ஆகியவற்றில் மின்சாரம் பாயும். மரக்கட்டைகள்,பிளாஸ்டிக் மற்றும் ரப்பர் பொருட்களில் மின்சாரம் செலுத்த முடியாது. இவை அனைத்தும் இன்சுலேட்டர்ஸ் (insulators), அதாவது மின்காப்புப் பொருட்களாகும். மனித உடல் மின்சாரம் பாயக்கூடியது. மின் இணைப்பு வேலைகள் செய்யும்போது செருப்பு மற்றும் பாதுகாப்பு உறைகளை அணிந்தே செயல்படவேண்டும்.

மின்சாரத்தை டி.சி (DC) மற்றும் ஏ.சி (AC) என இரண்டு வகைகளாகப் பிரிக்கலாம். டி.சி அமைப்பில் மின் ஓட்டம் என்பது ஒரு வழிப்பாதையாக இருக்கும். பாட்டரிகள் (batteries) டி.சி மின்சக்தியை வழங்குகிறது.

ஏ.சி (AC) என்பது மின்துகள்களின் ஓட்டம் சுழற்சி முறையில் இருக்கும். அதாவது நெகடிவிலிருந்து பாசிடிவ் அமைப்பிற்கு முன்னும் பின்னுமாக செயல்படும்.

மின்னோட்டம் ஹெர்ட்ஸ் (Hertz) முறையில் அளவிடப்படுகிறது.இந்தியாவில் மின் சக்தி 240 வோல்ட் ஆகவும், மின்னோட்டம் ஒரு நொடிக்கு 50 ஹெர்ட்ஸ் வீதம், அதாவது 50 சைக்கிள் சுழற்சியாகும் (50 cycles).

மின் சக்தியின் அளவை நிர்ணயிக்க

- வோல்ட் (Volt) V
- வாட்டேஜ் (Wattage) W
- கிலோ வாட்(KiloWatt) KW
- ஆம்பியரேஜ் (Amphere) A

பொதுவாக மின் இணைப்பு பயன்படுத்தும்போது மின்னழுத்தம் வோல்ட் (V) அல்லது ஆம்பியர்வீதம் (A) என்று அதன் சக்தி அளவிடப்படுகிறது. இந்தியாவில் பொதுவாக வீட்டு உபயோகத்திற்கு 220–240 வோல்ட் பயன்பாடும் அமெரிக்க ஐரோப்பிய நாடுகளில் 110–120 வோல்ட் சக்திக்கு ஏற்றவாறும் மின் இணைப்பு இருக்கும்.

ஆம்பியர்வீதம்

ஆம்பியர்வீதம் என்பது மின்னோட்டத்தின் அளவைக் குறிக்கிறது.

ஆம்பியரேஜ் அளவானது நாம் பயன்படுத்தும் ஒளிக்கருவியின் வாட்டேஜ் அளவை வோல்டேஜ் அளவுடன் வகுக்க வேண்டும்.

ஆம்பியர்வீதம்

ஆம்பியரேஜ் = வாட்டேஜ் / வோல்ட்
(Amphere = Wattage/Volts)

அதிக வாட்டேஜ் கொண்ட ஒளிக்கருவிகளை பயன்படுத்தும்போது ஆம்பியரேஜ் அளவும் கூடவே செய்யும்.

மின்னோட்டத்தின் அளவை வரையறுக்கவும் மீறுவதைத் தடுக்கவும் பொறி அமைப்பு (circuit breaker) இருக்கும். ஆம்பியரேஜ் அளவை மின்னோட்டம் தாண்டும்போது மின் இணைப்பு தற்காலிகமாகத் துண்டிக்கப்படும்.

இவை பாதுகாப்பு கருதி செய்யப்படும் அமைப்பாகும். ஒவ்வொரு மின் அமைப்பில் உள்ள பொறி அமைப்பில் எவ்வளவு ஆம்பியரேஜ் இருக்கிறது என்பதைத் தீர்மானித்துக்கொண்டே ஒளிக்கருவிகளை பயன்படுத்தவேண்டும்.

உதாரணமாக, ஸ்டுடியோ அமைப்பில் அல்லாமல் ஒரு பொது இடத்திலோ அல்லது வீட்டிலோ படப்பிடிப்பு நடத்தும்போது மின் அடைப்பில் அதிக லைட்டுகளை பயன்படுத்தக்கூடாது அல்லது அதன் மின் அடைப்பில் எவ்வளவு ஆம்பியரேஜ் உள்ளது என்பதை அறியவேண்டும்.

ஒரு 2000 வாட் திறன் உள்ள ஒளிக்கருவி பயன்படுத்த அங்குள்ள மின் அடைப்பில் 8.5 முதல் 10 ஆம்பியரேஜ் இருக்க வேண்டும்.

2000 / 240 = 8.3 amp.

தனி நபர்களின் வீடுகளில் படப்பிடிப்பு நடத்தும்போது வெவ்வேறு அறைகளில் ஒளிக்கருவிகளை ஒளியூட்ட மின்னிணைப்பை பிரித்து செயல்படுத்த வேண்டும். அதாவது, நீட்டிப்பு கேபிள்கள் மூலம் ஒவ்வொரு அறைக்கும் செலுத்தி பயன்படுத்த வேண்டும்.

ஆம்பியரேஜ்

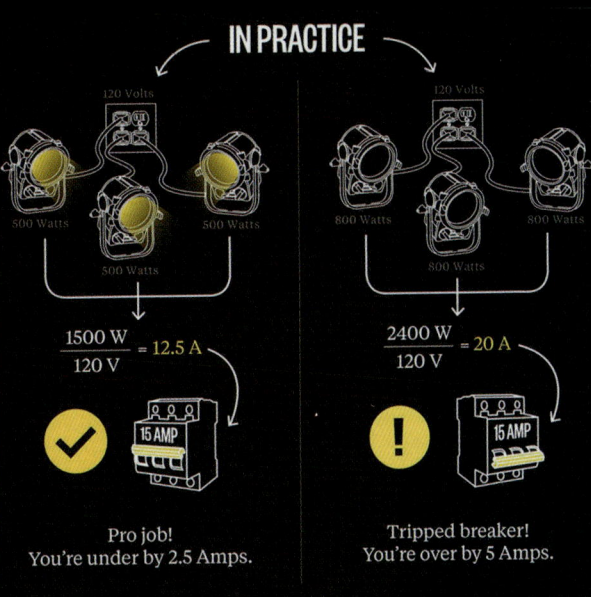

எர்த் மின்கம்பி (Earth wire)

மின் இணைப்புகளில் மிக முக்கியமானது எர்த் கம்பி. மின் இணைப்புகளிலிருந்து எர்த் கம்பியை உலோக பொருளுடன் இணைத்து நேரடியாக பூமியில் செலுத்தப்படும்.

பொதுவாக, செம்பினால் (copper) தயாரிக்கப்பட்ட கம்பிகளை எர்த் வொயராகப் பயன்படுத்துவார்கள்.

எர்த் மின் கம்பியின் முக்கிய பயன்பாடு என்னவென்றால், சில நேரங்களில் எதிர்பாராத வண்ணம் மின் இணைப்புகளில் தடையோ அல்லது கசிவோ (leakage) ஏற்பட்டால் மின்சக்தி குறையாமல் (voltage drop) அப்படியே மின்னோட்டம் பூமிக்குச் சென்றுவிடும். அப்போது மின் அதிர்ச்சி (electric shock) ஏற்படாமல் இருக்கும்.

எர்த் மின்கம்பி

நியூட்ரல் கம்பி (Neutral wire)

நியூட்ரல் கம்பி (neutral wire) ஏ.சி. முறை மின் இணைப்பில் மின்னோட்டத்தை திருப்புவதற்கு பயன்படுகிறது. இது பூஜ்யம் வோல்ட் வொயர் என்றும் அறியப்படும்.

ஒற்றைத்தருவாய் (single phase) / மும்முனைத்தருவாய் (three phase)

பொதுவாக, வீடுகளில் சிங்கிள் ஃபேஸ் (single phase) ஒற்றைத்தருவாய் அமைப்பில் தான் மின் விநியோகம் இருக்கும்.

தொழிற்கூடங்கள் மற்றும் அடுக்குமாடிக் குடியிருப்பு வீடுகளில் மும்முனைத்தருவாய் (three phase) அமைப்பில் இருக்கும்.

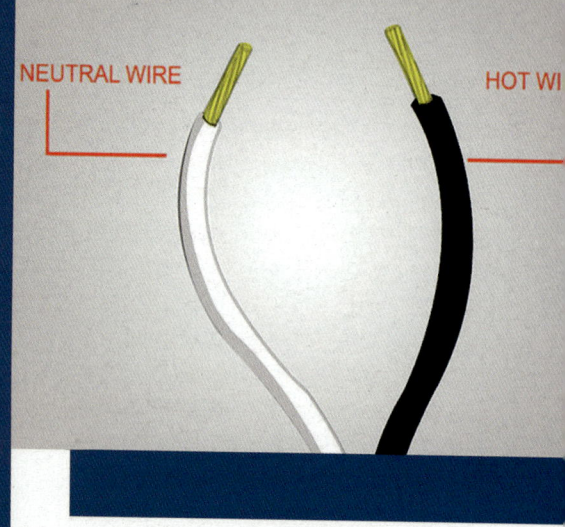

ஒற்றைத்தருவாய் அமைப்பில் மூன்று வரிசை மின் கம்பிகள் இருக்கும். ஒன்று மின்சக்திக்கு மற்றவை நியூட்ரல் மற்றும் தரைதட்டுக்குப் (earth) பயன்படும்.

மும்முனை தருவாய் அமைப்பில் நான்கு வரிசை மின் கம்பிகள் இருக்கும். அவை மூன்று வரிசைகளில் மின்சக்திக்கும் மற்றொன்று நியூட்ரல் கம்பியாகவும் இருக்கும்.

ஒற்றைத்தருவாய் அமைப்பு இருக்கும் வீடுகளில் படப்பிடிப்புக்காக ஒளிக்கருவிகளை பயன்படுத்த வேண்டும் என்றால், அதிகபட்சம் லைட்டுகள் ஒரு மின் அடைப்பில் ஐந்து கிலோவாட்டுக்கு மேல் பயன்படுத்த முடியாது.

அதே 720 மின் கம்பிகள் மூலம் என்றால் லைட்டுகளை மொத்த திரளாக பிரித்து 8 அல்லது 10 கிலோவாட் சக்தி வரை பயன்படுத்தலாம்.

இதே மும்முனைத்தருவாய் அமைப்பில் உள்ள இடங்களில் 32 ஆம்பியர்வீதம் கணக்கீடு வைத்துக்கொண்டால் அதிகபட்சம் 30 கிலோவாட் மின்சக்திவரை லைட்டுகளின் எண்ணிக்கை பயன்படுத்தலாம்.

பொதுவாக, திரைப்படப் படப்பிடிப்புக்கு மின்சக்தியை அளிக்க தொழில்முறை ஜெனரேட்டர்களையே பயன்படுத்துவார்கள். அவை பல்வேறு கிலோவாட் அளவுகளில் உள்ளன.

80 கிலோவாட், 120 கிலோவாட் இப்படியாக அதில் சைலண்ட் வகை ஜெனரேட்டர்களும் உள்ளன.

நான்கு மையம் (4 core) 720 மின் கேபிள்களையே பயன்படுத்துவார்கள். அவை ஜெனரேட்டரிலிருந்து அக்கேபிள்கள் மெயின் மின் பலகையில் (main circuit board) இணைப்பார்கள்.

அவை 12 சாக்கெட்டுகள் கொண்டவையாக வடிவம் பெற்றிருக்கும். ஒவ்வொரு சாக்கெட்டிலும் 16 ஆம்பியரேஜ் கணக்கு இருக்கும்.

அதிலிருந்து லூப் போர்ட் (Loop board) கேபிள்கள் மூலம் நீட்டிப்பு செய்து ஒளிக்கருவிகளை இயக்கலாம். ஒவ்வொரு லூப் போர்டிலும் இரண்டு மின் அடைப்பான் இருக்கும். அதில் அதிகபட்சமாக நான்கு கிலோவாட் லைட்டுகளைப் பயன்படுத்தலாம்.

பொதுவாக 80 கிலோவாட் மின்சக்தியை அளிக்கும் ஜெனரேட்டர் பயன்படுத்தும்போது அல்லது முழு சுமையாக அனைத்து ஒளிக்கருவிகளையும் பயன்படுத்தும்போது அதிகபட்சமாக 70 கிலோவாட் வரை உபயோகிப்பதே சிறந்தது. அப்போதுதான் மின்விநியோகம் ஏற்ற இறக்கமில்லாமல் இருக்கும்.

நியூட்ரல் கம்பி

அதிக மின் சக்தியில்லாத ஒளிக்கருவிகளான கினோ.ஃப்ளோ, எல்.இ.டி. வகை லைட்டுகள், ஹெச்.எம்.ஐ. மற்றும் டங்ஸ்டன் ஒளிக்கருவிகளை பயன்படுத்தாதபோதும், எண்ணிக்கை குறைவான லைட்டுகளைப் பயன்படுத்தும்போதும், குறும்படம் மற்றும் ஆவணப்படப்பிடிப்பிற்கு செல்லும்போது 6.5KW ஜெனரேட்டர்களைப் பயன்படுத்தலாம்.

ஏனெனில், நாம் படப்பிடிப்பில் இயங்கும்போது சில சமயம் பொது மின்விநியோகம் துண்டிக்கப்படலாம். மற்றும், மின்னோட்டம் சீராக இல்லாமலும் போகலாம். அதனால் நாம் ஜெனரேட்டர் பயன்படுத்துவது சாலச்சிறந்தது.

இன்றைய டிஜிட்டல் ஒளிப்பதிவு யுகத்தில் மிகக் குறைவான குழுவைக்கொண்டு செயல்படும்போது மின் இணைப்பைச் செய்யும் அல்லது கையாளும் நிபுணர்களான கே.ஃபர் மற்றும் லைட்மென்கள் தவிர்க்கப்பட்டு படப்பிடிப்பு செயல்படுவதால், சில சமயங்களில் ஒளிக்கருவிகளுக்கு ஏற்ற மின் இணைப்பு உள்ளதா என்று ஆராய்வதில்லை. இதனால் அவ்விடத்தில் முற்றிலும் மின் இணைப்பு துண்டிக்கப்படுவதோடு சில ஆபத்துக்களையும் உண்டாக்க வாய்ப்புண்டு.

பாதுகாப்பு விதிமுறைகள்

- ஒவ்வொரு நாட்டிலும் வெவ்வேறு வகைகளில் இணைப்பு பிளக்குகள் இருப்பதால் காமிராவின் பாட்டரி மற்றும் சார்ஜர்களைப் பயன்படுத்த அந்தந்த நாட்டிற்கேற்ப அடாப்டர்களை கொண்டு செல்ல வேண்டும்.

- டெஸ்டர் (Tester), மின்கம்பி முறுக்கி, கத்திரிக்கோல், இன்சுலேசன் டேப் (Insulation tape) ஆகியன எப்போதும் படப்பிடிப்பு தளங்களில் இருக்க வேண்டும்.

- மின் இணைப்பில் பணிபுரிபவர்கள் எப்போதும் ஷு அல்லது செருப்பு அணிந்திருக்குமாறு அறிவுறுத்த வேண்டும்.

- லைட்டுகளை உயர்த்தும் பணியில் ஈடுபடும்போது அது சரியாக ஸ்டாண்டில் பொருத்தப்பட்டுள்ளதா என்று பார்க்க வேண்டும்.

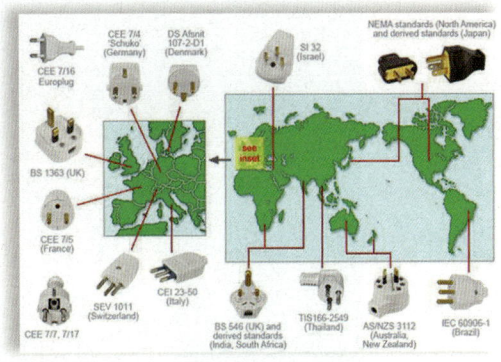

- மின் கம்பிகள், கேபிள்கள், லூப் போர்டுகள் ஆகியவற்றை ஈரப்பதம் உள்ள இடங்களில் வைப்பதைத் தவிர்க்க வேண்டும்.

- அவ்வாறான இடங்களில் பணியாற்றும்போது அவற்றுக்கான சரியான ப்ளாஸ்டிக் உறைகளால் தண்ணீர் படாதவாறு மூடப்பட்டிருக்க வேண்டும்.

- குறிப்பாக, மழைக்காட்சி படமாக்கப்படும்போதோ அல்லது படப்பிடிப்பின்போது மழை குறுக்கிட்டாலோ மின்னிணைப்புகள் அனைத்தும் தண்ணீர் படாதவாறு பாதுகாப்பாக வைக்கப்பட வேண்டும்.

- ஒளிக்கருவிகளை இயக்கும்போது, குறிப்பாக பல்ப் மாற்றும்போதோ ஒளிக்கருவிகளின் உதிரி பாகங்களான பார்ன் டோர் நெட் ஆகியவற்றை பயன்படுத்தும்போதோ கையில் கையுறை (glove) அணிவது ஒளிக்கருவிகளால் ஏற்படும் சூட்டுக்காயம் போன்றவற்றை தடுக்கும்.

- திரைப்படத்துறையில், ஒளிப்பதிவாளரின் விருப்பத்திற்கு ஏற்ப ஒளியமைப்பு பணியை நிறைவேற்ற திறமையான ஒளிப்படக்குழு படப்பிடிப்புத்தளத்தில் பக்கபலமாக இருக்கும். அதில் லைட்மென்கள், எலக்ட்ரீஷியன், கே.ஃபர் (gaffer) ஆகியோர் இருப்பதால் அவை சிறப்பாகவும், பாதுகாப்பாகவும் நடைமுறைப்படுத்தப்பட்டுள்ளது.

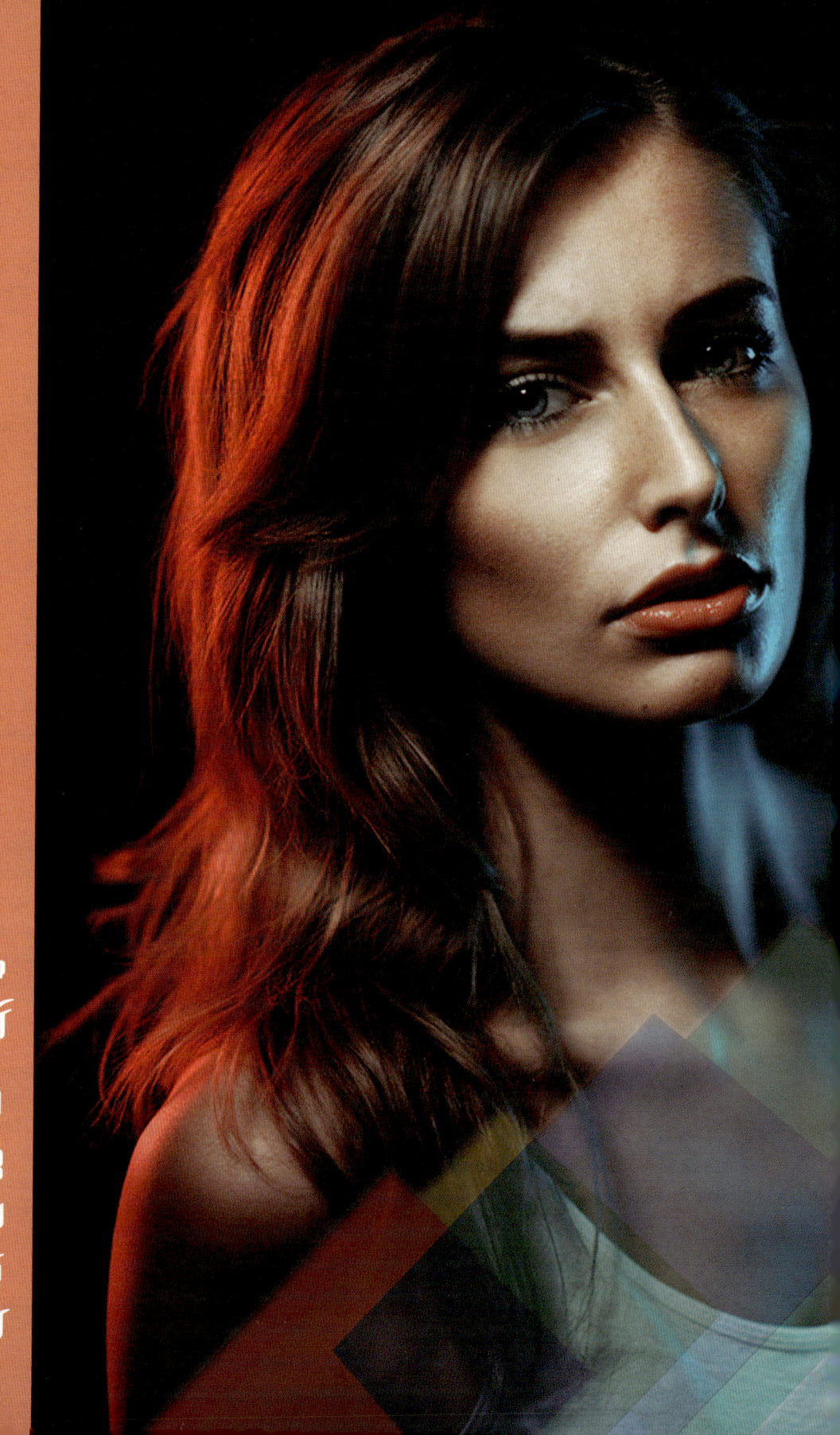

LIGHT GELS

ஒளி ஜெல்கள்

ஒளி ஜெல்கள்

பல்வேறு விதமான ஒளிவிளக்குகள் திரைப்படத்திற்கு ஒளியமைப்பதற்காக பயன்படுத்தப்படுகின்றன. அவை, குறிப்பாக இரண்டு வகையான நிறவெப்பத் தன்மைக்கு உட்படுகிறது.

ஒன்று, 3200 டிகிரி கெல்வின்,

மற்றொன்று, 5600 டிகிரி கெல்வின்.

3200 டிகிரி நிறவெப்பம் கொண்ட விளக்குகள் டங்ஸ்டன் லைட் எனவும் 5600 டிகிரி நிறவெப்பம் கொண்ட விளக்குகள் டே லைட் (பகல் ஒளி) ஆகவும் அறியப்படுகிறது.

காமிராவில் உள்ள டிகிரி கெல்வின் அல்லது வொயிட் பாலன்ஸ் செட்டிங் மூலமாக நாம் பயன்படுத்தும் ஒளி விளக்கின் நிறவெப்பத்திற்கு ஏற்றவாறு அமைத்தால் நியூட்ரல் டோன் (சார்பற்ற தொனி) கிடைக்கும்.

ஆனால், கலாப்பூர்வமான ஒளியமைக்கும் உத்திகளுக்கு ஒளியின் தன்மையை மாற்ற பல்வேறு ஒளி ஜெல்கள் (light gel) மூலமாக ஒளி விளக்குகளுக்கு முன்னர் ஒளியின் பாதையில் வைத்து மாற்றத்தை ஏற்படுத்த முடியும்.

ஒளி ஜெல், மெல்லிய பாலிகார்பனேட் தாள்களாகத் தயாரிக்கப்படுகின்றன.

இவை ஒளி ஊடுருவும் தன்மை கொண்டவை. அதே போல ஒளிக்கருவிகள் மூலம் வெளிப்படும் வெப்பத்தை ஓரளவு தாங்கும் தன்மையும் உடையவை. இவற்றை குறிப்பிட்ட கால அளவுக்குள் மட்டுமே பயன்படுத்தமுடியும். ஒளியின் வெப்பத்தால் மங்கி நாள்பட அதன் தயாரிப்புத்தன்மை மறைந்து விடும்.

ஒளி ஜெல்கள்

ஒளி ஜெல்களின் சிறப்புப் பயன்கள் / வகைகள்

நிறவெப்ப மாற்றம் (color conversion)

நிறத்திருத்தம் (color correction)

ஒளியின் தன்மையை மாற்றும் விரவிகள் (diffuser)

நிறவெப்ப மாற்றம் அளிக்கும் ஜெல் ஃபில்டர் (color conversion)

நீல நிற ஜெல் – டங்ஸ்டன் ஒளியின் நிறவெப்பத்தை பகல் நிற வெப்ப நிலைக்கு மாற்றுவது. இது சி.டி.பி. (CTB) என்று அழைக்கப்படுகிறது.

ஆரஞ்சு நிற ஜெல் – பகல் நிற வெப்பம் உள்ள ஒளியை டங்ஸ்டன் நிற வெப்பத்திற்கு மாற்றி அமைக்க பயன்படுகிறது. சி.டி.ஓ (CTO) என்றும் அறியப்படுகிறது.

மேலே குறிப்பிடப்பட்டுள்ள ஜெல் ஒவ்வொன்றும் முழு, அரை, கால் (full, half, quarter) பங்குகளாகத் தயாரிக்கப்படுகிறது

நிறத்திருத்தம் அளிக்கும் ஜெல் ஃபில்டர் (color correction)

பச்சை நிற ஜெல் – டங்ஸ்டன் நிறவெப்ப ஒளியின் தன்மையை ஒளிர் விளக்கின் (flourescent) தன்மைக்கு மாற்றி அமைக்க பயன்படுத்தப்படும்.

கருஞ்சிவப்பு நிற ஜெல் (magenta), கழித்தல் பச்சை (minus green) என்று அழைக்கப்படும். இவ்வகையானது ஒளிர் விளக்கின் ஒளியில் வெளிப்படும் பச்சை நிறத்தை நீக்குவதற்குப் பயன்படுத்தப்படுகிறது.

* மேலே குறிப்பிடப்பட்டுள்ள ஜெல்கள் ஒவ்வொன்றும் முழு, அரை, கால் (full, half, quarter) பங்குகளாகத் தயாரிக்கப்படுகிறது.

டங்ஸ்டன் ஒளியை மாற்றும் ஜெல்

ஃபில்டர் எண்	ஃபில்டர் வகை	டிகிரி கெல்வின் மாற்றம்
201	முழு சி.டி.பி.(Full CTB)	3200°K – 5700°K
202	அரை சி.டி.பி.(Half CTB)	3200°K – 5000°K
203	கால் சி.டி.பி.(1/4 CTB)	3200°K – 3600°K

பகல் ஒளியை மாற்றும் ஜெல்

ஃபில்டர் எண்	ஃபில்டர் வகை	டிகிரி கெல்வின் மாற்றம்
204	முழு சி.டி.ஓ.(Full CTO)	6500°K – 3200°K
205	அரை சி.டி.ஓ.(Half CTO)	6500°K – 3800°K
206	கால் சி.டி. ஓ.(1/4 CTO)	6500°K – 4600°K

பகல் ஒளியை மாற்றும் ஜெல் (ஸ்ட்ரா) STRAW

ஃபில்டர் எண்	ஃபில்டர் வகை	டிகிரி கெல்வின் மாற்றம்
441	முழு ஸ்ட்ரா (Full Straw)	6500°K – 3200°K
442	அரை ஸ்ட்ரா (Half Straw)	6500°K – 4300°K
443	கால் ஸ்ட்ரா(Quarter Straw)	6500°K – 5700°K

விரவி லைட் ஜெல் (Diffuser light gel)

ஒளியின் தன்மையை மாற்றி அமைக்கவும் அவ்வொளி மென்மையாகப் படரவும், விரவி ஜெல்லை (diffuser gel) ஒளியின் பாதையில், அதாவது ஒளி விளக்கின் முன் சற்று தள்ளி வைக்கும்போது அது அகல் விரிவு (large source) ஒளியாக மாறிவிடுகிறது.

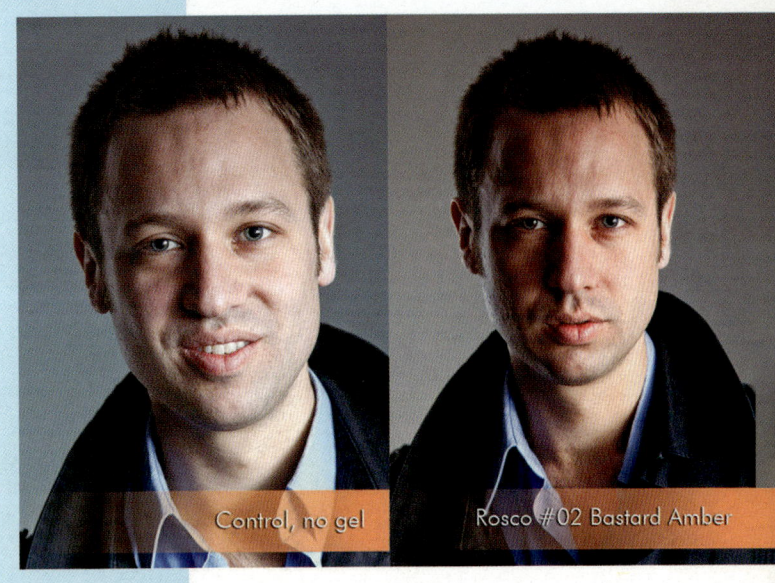

Control, no gel
Rosco #02 Bastard Amber

ஒளியின் தன்மையை மாற்றி அமைக்க பல்வேறு விரவி ஜெல்கள் உள்ளன. அவை, டஃப் ஸ்பன் (tough spun), ஃப்ராஸ்ட் (frost), கிரிட் க்ளாத் (grid cloth), 216 வெண்மை விரவி (216 white diffuser) ஆகியன.

பொதுவாக, லைட் ஜெல்களைப் பயன்படுத்தும்போது ஒளி இழப்பீடும் இருக்கும்.

விரவி ஜெல் வகைகளும், ஒளியைப் பரப்பும்/இழப்பீட்டின் அளவுகோலும்

பில்டர் எண்	வகை	தயாரிப்பு	ஒளி பரப்பு சதவிகிதம்	ஒளி இழப்பீடு ஸ்டாப்கணக்கு
214	முழு டஃப்ஸ்பன்		18%	2 1/2
215	அரை டஃப்ஸ்பன்	நெய்யப்படாத பாலியெஸ்டர்	36%	1 1/2
229	கால் டஃப்ஸ்பன்		60%	3/4
216	வெண்மை விரவி		36%	1 1/2
416	3/4 வெண்மை விரவி		50%	1
250	அரை வெண்மை விரவி	உறுதியான பாலியெஸ்டர்	60%	3/4
251	கால் வெண்மை விரவி		80%	1/3
252	1/8 வெண்மை விரவி		87.5%	1/4
430	கிரிட்துணி (gridcloth)	நீர் புகா வண்ணம் நெய்யப்பட்ட துணி	18%	2 1/2
432	லேசான கிரிட்		30%	1 3/4
129	உறுதியான ஃப்ராஸ்ட்		25%	1 2/3
220	வெண்மை ஃப்ராஸ்ட்	சூடு தாங்கும் வண்ணம் தயாரிக்கப்பட்ட விரவி ஜெல்	41%	1 1/3
410	ஓபல் ஃப்ராஸ்ட் (opal frost)		71%	1/2
253	ஹாம்சியர் ஃப்ராஸ்ட் (Hampshire frost)		85%	1/4

ஒளியின் அளவை நிறமாற்றம் / தன்மை மாறாமல் கட்டுப்படுத்த பல்வேறு முறைகள் இருந்தாலும் பொதுவாக நெட் கம்பிகளே அதிகமாக பயன்படுத்தப்படுகின்றன.

நியூட்ரல் டென்சிட்டி எனப்படும் லைட் ஜெல் விளக்கின் முன் வைத்து ஒளியின் அளவை கட்டுப்படுத்த சிறந்தது. ஏனென்றால் எவ்வளவு ஒளி இழப்பீடு இருக்கும் என்பதை அறிந்து செயல்பட இவ்வகை ஜெல்கள் உதவுகின்றன.

ஃபில்டர் எண்	ஃபில்டர் வகை	ஒளி இழப்பீடு
298	0.15 என்.டி (ND)	அரை ஸ்டாப் /எந்த நிற மாற்றமுமில்லாமல்
209	0.30 என்.டி (ND)	ஒரு ஸ்டாப் /எந்த நிற மாற்றமுமில்லாமல்
210	0.60 என்.டி (ND)	இரண்டு ஸ்டாப் /எந்த நிறமாற்றமுமில்லாமல்
211	0.9 என்.டி (ND)	மூன்று ஸ்டாப் /எந்த நிறமாற்றமுமில்லாமல்
299	1.2 என்.டி (ND)	நான்கு ஸ்டாப் /எந்த நிறமுமாற்றமில்லாமல்

மெருகூட்டும் ஒளி ஜெல்கள்

* சுடர் சிவப்பு (Flame Red) – தீ ஜுவாலையின் பொலிவைப் பெற

* திட ஆம்பர் (Dark Amber) – ஆரஞ்சு மற்றும் தங்க நிறம் போன்று இருக்கும் இவ்வகை ஜெல்கள் பின்னொளிக்கு சிறப்பாக இருக்கும்.

* வெளிர் மஞ்சள் (Pale Yellow) – சூரிய ஒளியின் பொலிவைப் பெறவும் ஜன்னல் வழியே வரும் ஒளியமைப்புக்கும் சிறப்பாக இருக்கும்.

* ஆப்பிரிகாட் (Apricot) – மஞ்சள், ஆரஞ்சு நிற வெளிப்பாடு கொண்ட இவை சூரிய உதயம் மற்றும் அஸ்தமனம் போன்ற தன்மைக்கு சிறப்பானது.

* கோல்ட் ஆம்பர் (Gold Amber) – இவ்வகை ஜெல்லை ஒளிவிளக்கில் பயன்படுத்தும்போது சூரிய அஸ்தமன ஒளியைப் போன்ற மென்மையான வெப்ப ஒளித்தன்மை கிடைக்கும்.

ஜேட் (Jade)
நீலப்பச்சை நிறம் உள்ள இவை நீருக்கடியில் படமாக்கும் காட்சிகளின் ஒளியமைப்புக்கும் உகந்ததாக இருக்கும்.

லைம் கிரீன் (Lime Green)
எலுமிச்சை பச்சை நிற வெளிப்பாடு கொண்ட இவ்வகை ஜெல் இலை மரக்கொப்புகளில் படமாக்கும்போது அந்த சூழலை மேம்படுத்தப் பயன்படும்.

பிரைம் க்ரீன் (Prime green)
பச்சை நிறத்தன்மை வாய்ந்த இவை பின்னொளிக்கு, செட் மற்றும் நவீன நாடக ஒளியமைப்புக்கு திடமான பச்சை நிற ஒளி அளிக்கவல்லது.

வெளிர் சிவப்பு (Pink)
பின்னொளி (back lighting) பாடல் காட்சிகளுக்கு சிறப்பானதாக இருக்கும்.

டார்க் சால்மன் (Dark Salmon) – இளஞ்சிவப்பு மற்றும் ஆரஞ்சு கலவை நிறத்தொனியில் இருக்கும் இவ்வகை ஜெல் கருநிற மேனியுடையவர்களுக்கு (dark skin tone) பொலிவு தரும்.

மிஸ்ட் ப்ளூ (Mist Blue)
மென்மையான நீல நிற வெளிப்பாடு கொண்ட இவ்வகை ஜெல் இரவு நேரக் காட்சிகளுக்கும், முன்பனி போன்ற காட்சிகளுக்கும் பலன் தரக்கூடியது.

மூன்லைட் ப்ளூ (Moonlight Blue)
திடமான நீல நிறத்தன்மையுடைய இவை நிலா வெளிச்சம் போன்ற நிற ஒளிக்குப் பயன்படும்.

காஸ்மெடிக் பீச் (Cosmetic Peach) – வெளிர் நிற வெளிப்பாடு கொண்ட இவற்றை முதன்மை (key lighting) ஒளியமைப்புகளில் பயன்படுத்தும்போது முகத்தில் வசீகரிக்கும் தோன் கிடைக்கும்.

ஸ்டீல் ப்ளூ (Steel Blue) – மென்மையான சாம்பல் நீல நிற வெளிப்பாடு கொண்டது.

பீகாக் ப்ளூ (Peacock Blue) – மயில் நீல நிறத்தன்மை வாய்ந்த ஜெல்களான இவை பின்னொளி மற்றும் வளைத்திரை பின்னணிக்கு (cycloromic background) சிறப்பாக இருக்கும்.

மேலே குறிப்பிடப்பட்டவை போக, பல்வேறு நிறங்களிலும் லைட் ஜெல்கள் உள்ளன.

ஒளிப்பதிவாளரின் அழகியல் மற்றும் கலாரீதியான முடிவுகளுக்கு ஏற்ப இவை பயன்படுத்தப்படுகின்றன.

பொதுவாக, லைட் ஜெல் எந்த நிறத்தையும் கூட்டுவது இல்லை. மாறாக ஒரு குறிப்பிட்ட நிறத்தை வடிகட்டியோ அல்லது கழித்துவிட்டோ மற்றொரு நிறத்தின் தன்மையை மேம்படுத்துகிறது.

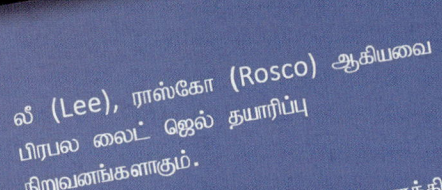

லைட் ஜெல்களை ஒளிவிளக்கின் முன் இருக்கும் கொட்டகைக் கதவுகள் (barn door) முன் வைத்து பயன்படுத்தலாம்.

ஒளியின் அளவு அல்லது விரவிகளை பயன்படுத்தும்போது பெரிய ஃபிரேம்களில் ஒளி ஜெல்களைப் பொருத்தி பயன்படுத்துவதுண்டு.

லீ (Lee), ராஸ்கோ (Rosco) ஆகியவை பிரபல லைட் ஜெல் தயாரிப்பு நிறுவனங்களாகும்.

லைட் ஜெல்கள், சுமார் 25 அடிக்கணக்கில் சுருள் கண்டுகளாகக் (Rolls) கிடைக்கின்றன. லைட் ஜெல்லை 4X4 ஃபிரேமில் பொருத்திப் பயன்படுத்த வேண்டும் என்றால் ஒரு ஃபிரேமுக்கு நான்கு அடி தேவைப்படும்.

ஒளிவிளக்கில் உள்ள கொட்டகைக் கதவுகளில் பொருத்த வேண்டும் என்றால் ஒரு அமைப்புக்கு 2 அடி ஜெல் தேவைப்படும்.

ஒரு அடி லைட் ஜெல் சுமார் 500 ரூபாய் விலை பெறும்.

ஒளிப்பதிவாளர் மகேஷ் முத்துசாமியின் சமீபத்திய திரைப்படத்தின் இரவு நேர பாடல் காட்சியில் உபயோகிக்கப்பட்ட ஒளிவிளக்குகளில் பயன்படுத்திய ஒளி ஜெல்கள்

பிரதான பின்னொளி விளக்குகளில்:

1. 'லீ' எலுமிச்சை பச்சை ஜெல் (Lime green) #088
2. 'லீ' செடி (ஃபெர்ன்) பச்சை ஜெல் (Fern green) #122

முகத்தில் படும் ஒளிக்கு:

1. 'லீ' சூரிய நிற ஸ்ட்ரா (Sun color straw) #746
2. 'லீ' கோதுமை நிற ஜெல் (wheat colored gel) #763

பின்னணியில் உள்ள நீல நிற வெளிப்பாட்டிற்கு:

ஜப்பானிய நீல நிற ஜெல் (Japanese blue color gel)

3

கேமியோ மற்றும் நூரெம்பெர்க் ஒளியமைப்பு

Cameo and Nuremberg Lighting

கேமியோ லைட்டிங் (Cameo Lighting)

கேமியோ என்று அழைக்கப்படும் பிரதிமை ஒளியமைப்பானது ஒற்றை கதாபாத்திரத்திற்கு மட்டுமே ஒளிக்கீற்று படும்படியாக வெளிச்சம் பாய்ச்சும் முறையாகும்.

அருகிலிருக்கும் பொருட்களுக்கோ அல்லது இடத்திற்கோ அதிக முக்கியத்துவத்தை அளிக்காமல் முழு கவனத்தையும் ஒற்றை இலக்கை நோக்கி செலுத்துவதே இவ்வகை ஒளியமைப்பின் சிறப்பம்சமாகும்.

கேமியோ லைட்டிங் யுக்தியானது நவீன மேடை நாடகங்களில் அதிகம் பயன்படுத்தப்பட்டாலும் திரைப்படங்களில், பாடல் காட்சிகளில், மேடை அரங்கில் நடைபெறும் காட்சி அமைப்புகளுக்கு சிறப்பாக இருக்கும்.

கதாபாத்திரங்களை விட ஒளிவிளக்குகளை குறைந்தது ஆறு அடி உயரத்திலிருந்தாவது நிலை கொள்ள வைத்து ஒளியூட்ட வேண்டும். ஒளியானது உயரமான நிலையிலிருந்து சுமார் 60 டிகிரி கோணத்தில் அடர்த்தியாகவும் பிரகாசமாகவும் பாய்ச்சப்பட வேண்டும்.

இதற்கென்றே பிரத்யேகமாக 'ஸ்பாட் லைட்' (spot light) என்று சொல்லப்படும் ஒளிவிளக்குகள் உள்ளன. அவற்றைக்கொண்டு மேடையில் உள்ள கதாபாத்திரங்களை பின்தொடரவும் முடியும். மேலும், ஒளியின் நிறத்தையும் மாற்றி அமைக்கலாம். இது ஃபாலோ ஸ்பாட் (follow spot) என்று அழைக்கப்படுகிறது.

இன்றைய ஒளிவிளக்குகளில் ஜோக்கர் பக் (Joker bug) பாற் ஹெச்.எம்.ஐ. (PAR HMI), பாற் கேன் (PAR CAN) ஆகியவற்றைக் கொண்டும் ஒளிக்கீற்றை உருவாக்க முடியும்.

நூரெம்பெர்க் லைட்டிங்
(Nuremberg Lighting)

நூரெம்பெர்க் ஒளியமைப்பு 1933ம் ஆண்டு ஜெர்மனியைச் சார்ந்த ஆல்பர்ட் ஸ்பீர் (Albert Speer) என்பவரால் வடிவமைக்கப்பட்டது. 152 விமான ஒளிவிளக்குகளைக் (aircraft search Lights) கொண்டு ஒவ்வொன்றிற்கும் இடையில் 12 மீட்டர் இடைவெளி விட்டு வானத்தை நோக்கி செங்குத்தாக (vertical) ஒரு சீரான வடிவில் ஒளி பாய்ச்சப்பட்டது நூரெம்பெர்க் ஒளியமைப்பு என்று அறியப்படுகிறது.

இது நாஜி படையின் ஊர்வலத்திற்காக உருவாக்கப்பட்டிருந்தாலும், பின்னர் திரைப்படங்களில் இந்த யுக்தி, குறிப்பாக இசையைப் பின்னணியாகக் கொண்ட திரைப்படங்களில் பயன்படுத்தப்பட்டது.

நூரெம்பெர்க் ஒளியமைப்பின் முக்கியமான அடிப்படை அம்சம், பல்வேறு ஒளிவிளக்குகளிலிருந்து வெளிப்படும் ஒளியின் கீற்றின் மூலமாகவே (light beam) அலங்கார வடிவத்தைப் பெறுவதாகும்.

இந்திய சினிமாவில் ஒளிப்பதிவாளர் பி.சி.ஸ்ரீராம் 'திருடா திருடா' திரைப்படத்தின் 'கொஞ்சம் நிலவு' பாடலுக்கான ஒளியமைப்பில் இசையின் மாற்றத்திற்கேற்றவாறு பல்வேறு வடிவங்களில் ஒளி ஜாலத்தை உருவாக்கினார்.

சமீபத்தில் 'லா லா லேண்ட்' (LA LA LAND) என்ற இசை பின்னணியில் உருவான ஆங்கிலப்படத்தில் கேமியோ மற்றும் நூரெம்பெர்க் ஒளியமைப்பு முறையை ஒளிப்பதிவாளர் லினஸ் சாண்ட்கிரென் (Linus Sandgren) மிகச்சிறப்பாகக் கையாண்டுள்ளார்.

4 வண்ண ஒழுங்கமைவு
Color Rendering Index

ஒளி விளக்குகளிலிருந்து வெளிப்படும் ஒளிக்கதிர்களில் உள்ள நிற வெளிப்பாட்டின் தரத்தை ஆராய, சி.ஆர்.ஐ. (CRI) என்ற வண்ண ஒழுங்கமைவு எண் மூலம் அறியப்படுகிறது.

இவை குறியீட்டு எண்களாக, அதாவது ஒன்றிலிருந்து நூறு வரை வரையறுக்கப்பட்டுள்ளன. சி.ஆர்.ஐ. எண் குறைவாக இருந்தால் அவ்வொளியின் நிற வெளிப்பாட்டின் துல்லியமும் குறைவாகவே இருக்கும்.

பொதுவாக சி.ஆர்.ஐ. எண் 90க்கு மேற்பட்டதுதான் திரைப்பட ஒளியமைப்புக்கு உகந்தது. அப்போதுதான் ஒளி மூலம் சரியான நிறத்தன்மையை அடைய முடியும்.

CRI:10
CRI:60
CRI:100

COLOR RENDERING INDEX

CRI : 60

CRI : 100

FAIR

50-60 CRI

Standard Warm White Fluorescent
Standard Cool White Fluorescent

60-70 CRI

Premium High Presssure Sodium
Conventional Metal Halide

BETTER

70-80 CRI

Thin Coat Tri-Phospher Fluorescent

BEST

80-90 CRI

White High Pressure Sodium
Warm Metal Halide
Thick Coat Tri-Phospher Fluorescent

90-100 CRI

High CRI Fluorescents
Incandescent and Tungsten-Halogen

உலோக ஹாலஜன் (Tungsten Halogen) ஒளி விளக்குகள் 3200 டிகிரி கெல்வின் நிறவெப்பம் உள்ள இவை அதிக சி.ஆர்.ஐ. எண் குறிப்பு பெற்றுள்ளது. அதாவது, 100.

ஹெச்.எம்.ஐ. (HMI) ஒளி விளக்குகள் 5500 டிகிரி கெல்வின் பகல் நிற வெப்பம் உள்ள இவை 95+ சி.ஆர்.ஐ. தரக்குறிப்பீடு எண்.

திரைப்படப் பயன்பாட்டிற்காக பிரத்யேகமாக தயாரிக்கப்படும் flourescent இரண்டு நிறவெப்பத்தில் அதாவது 3200 டிகிரி மற்றும் 5500 டிகிரி கெல்வின் நிற வெப்பத்தில் டியூப்களாக வரும். இவை சி.ஆர்.ஐ. 90+ ஆக குறிக்கப்படுகிறது.

2700K CRI 97	2700K CRI 90	2700K CRI 80	2700K CRI 70

நுகர்வோர் பயன்பாட்டிற்கு வரும் ஒளிர்விளக்குகள் கூல் வொயிட் (cool white flourescent) விளக்குகள் சி.ஆர்.ஐ. எண் 62. அதாவது இவ்வொளி பயன்படுத்தினால் துல்லியமான நிறம்பெறுவது குறைவாக இருக்கும்.

எல்.இ.டி. (LED) விளக்குகள் 3000 முதல் 6000 டிகிரி கெல்வின் நிறவெப்பத்தில் இன்று அதிகமாக திரைப்படப் பயன்பாட்டிற்குப் பயன்படுத்தப்படுகிறது. அதற்கு முக்கிய காரணி, மிகக் குறைந்த மின்சக்தியில் அதிக ஒளி வெளிப்பாடு கொண்டவையாகத் திகழ்கிறது. இதன் சி.ஆர்.ஐ. துல்லிய குறிப்பீடு எண் பெரும்பாலான ஒளிவிளக்குகளில் 70 முதல் 90+ ஆக உள்ளது.

குறிப்பிட்ட சில தயாரிப்பு நிறுவனங்களின் எல்.இ.டி. ஒளிவிளக்குகள் மட்டுமே சி.ஆர்.ஐ. 90+ தரக்கோட்பாட்டிற்கு உட்படுகிறது.

ஒளிவிளக்குகளின் சி.ஆர்.ஐ. தரத்தை அறிய சிகானிக் சி–700 ஸ்பெக்ட்ரா லைட் மீட்டர் (Sekonic C-700 spectra light meter) உதவியாக இருக்கும்.

சிகானிக் ஸ்பெக்ட்ரா சி–700 லைட் மீட்டர் இன்றைய நவீன ஒளிவிளக்குகளின் தரத்தை அறியும் வண்ணம் தயாரிக்கப்பட்டுள்ளது.

இந்த நவீன லைட் மீட்டரானது சிமாஸ் சென்சார் தொழில்நுட்பத்தை பயன்படுத்துகிறது. அதன் தொடுதிரையில் (touch screen) ஒளிவிளக்கின் நிறவெப்பம், சி.ஆர்.ஐ. குறியீட்டு எண், ஒளியின் அடர்த்தியை அறிய ஃபுட்கேண்டல்ஸ் (foot candles) ஆகியவற்றைக் கண்டறியலாம்.

சிக்கானிக் ஸ்பெக்ட்ரா லைட் மீட்டர் ஒளியின் நிறவெப்பம் மற்றும் சி.ஆர்.ஐ. எண்களை மட்டுமே குறிப்பிடுவதில்லை. அவ்வொளி சரியான நிறத்தன்மையைப் பெற ஃபில்டர் குறியீட்டு எண்களையும் அதற்கேற்ப மாற்றத்தையும் நாம் செய்து கொள்ளலாம்.

5

புதிய ஒளிவிளக்குகள்
New Lights

புதிய ஒளிவிளக்குகள்
(New Lights)

ஒளி உமிழும் டையோட் (Light emitting diode) தொழில் நுட்பத்தில் உருவாக்கப்படும் எல்.இ.டி. லைட்டுகள் 1960ம் ஆண்டிலேயே தயாரிக்கப்பட்டுள்ளது. இந்தியாவில் 90களில் நுகர்வோர் பயன்பாட்டில் பிரபலமடையத் தொடங்கியது.

இன்று ஏனைய துறைகளில் எல்.இ.டி. ஒளி பயன்படுத்தப்படுகிறது. இன்று தெரு விளக்குகள் கூட எல்.இ.டி. பல்புகளால் மாற்றி அமைக்கப்பட்டு வருகிறது.

அதற்கு முக்கிய காரணம், எல்.இ.டி. லைட்டுகள் மிகக் குறைந்த மின்சக்தியை பயன்படுத்தி அதிக வெளிச்சத்தை அளிக்கவல்லது.

எல்.இ.டி. லைட்டுகள் மற்ற பல்புகளைப் போன்று சீரான தரத்தில் தயாரிக்கப்படுவதில்லை. அதன் ஒளியின் வண்ண ஒழுங்கமைவு அதாவது நிற வெளிப்பாடு குறியீட்டு எண் (CRI) பெரும்பாலும் 90க்கு கீழே உள்ளது. அதனால் இவ்வொளி மூலம் மிகச்சரியான நிறத்தொனி கிடைப்பதில்லை. எனினும், தற்போது பிரபல நிறுவனமான ஆரி (ARRI) மற்றும் வேறு சில தயாரிப்பு நிறுவனங்களும் இக்குறைபாட்டை நீக்கி சி.ஆர்.ஐ. எண் 90க்கு மேலே இருக்கும்படி தற்போது தயாரித்து வருகிறார்கள்.

எல்.இ.டி. ஒளிவிளக்குகள் பெரும்பாலும் லைட் பேனல்களாக (lite panel) தயாரிக்கப்படுகிறது. இன்று திரைப்பட ஒளியமைப்பில் எல்.இ.டி. லைட்டுகள் ஆதிக்கம் செலுத்தி வருவதற்கு முக்கியமான காரணம், அவை மிகக்குறைந்த மின்சக்தி பயன்படுத்துவதோடு நல்ல ஒளிவெளிப்பாட்டை அளிக்கிறது. மற்றொரு சிறப்பு என்னவென்றால் இவ்வகை ஒளி விளக்கிலிருந்து வரும் ஒளியில் வெப்பம் (heat) இருப்பதில்லை.

அதனால் இன்று பிராஸ்தடிக் (prosthetic make up) மேக்கப்புடன் நடிக்கும் கலைஞர்களுக்கு ஒளியமைக்க மிகவும் உகந்ததாக இருக்கும். ஏனென்றால், இவ்வகை ஒளிவிளக்குகளிலிருந்து வெளிப்படும் ஒளி வெப்பமில்லாமல் இருப்பதால் பிராஸ்தடிக் மேக்கப் நீண்ட நேரத்திற்கு கலையாமல் இருக்கும். அதனால் காட்சிகளை ஒளிப்பதிவு செய்யவும் படப்பிடிப்பை இடைவெளி இல்லாமல் தொடர்ந்து நடத்தவும் உதவும்.

எல்.இ.டி. ஒளிவிளக்குகளில் இருந்து வெளிப்படும் ஒளியானது, நிறமாலையில் (color spectrum) இருக்கும் சில அலை நீளத்தை தவறவிடுவதால் அதன் நிறத்தன்மையில் உள்ள துல்லியம் குறைகிறது.

அதனால் சி.ஆர்.ஐ. 90க்கு மேற்பட்ட எண் கொண்ட எல்.இ.டி. விளக்குகளைப் பயன்படுத்துவது நலம்.

கவனத்தில் கொள்ள வேண்டியவை என்னவென்றால், எல்.இ.டி. ஒளி விளக்குகள் பயன்படுத்தும்போது கூடவே மற்ற ஒளிவிளக்குகள் அதாவது ஹெச்.எம்.ஐ., கினோ:ப்ளோ ஆகியவற்றுடன் இவை பொருந்துகிறது. ஆனால் டங்ஸ்டன்–ஹாலஜன் ஒளியுடன் எல்.இ.டி. ஒளி பொருந்துவதில்லை.

அதோடு எல்.இ.டி. ஒற்றை விளக்குகளில் பல்வேறு சின்னஞ்சிறு ஒளி உமிழும் பல்புகள் குழுவாக வடிவமைக்கப்பட்டதால் சில சமயம் அவ்வொளி பாய்ச்சும்போது, படமாக்கும் காட்சியில் இரட்டை நிழல் (double shadows) வர வாய்ப்புள்ளது. இதனை விரவிகள் (diffuser) பயன்படுத்தி மறையச் செய்யலாம்.

LSERIES

ஆரி நிறுவனம் எல் (L) தொடர் வரிசையில் மிகத்தரமான எல்.இ.டி. விளக்குகளை அறிமுகப்படுத்தியுள்ளது.

L SERIES

எல் தொடர் வரிசையில் தயாரிக்கப்படும் எல்.இ.டி. விளக்குகள் ஃபிரெநெல் (fresnel) அமைப்பை அடிப்படையாகக் கொண்டவை. அதனால் ஒளியை குவிமையப்படுத்தவும் (spot) படரவும் செய்ய முடியும்.

ஒளிக்கருவியின் பக்கவாட்டில் உள்ள கைப்பிடி மூலம் மேற்கூறியவற்றைச் செய்யலாம்.

எல். 5 சி. (L 5 C)

எல். 5 சி. ஃபிரெநெல் எல்.இ.டி. விளக்கின் சிறப்பம்சம் நிறவெப்பத்தை 2,800 டிகிரி கெல்வினிலிருந்து பத்தாயிரம் டிகிரி கெல்வின் வரை மாற்றம் செய்துகொள்ளலாம்.

இதன் சி.ஆர்.ஐ. எண்: 94. விளக்கில் உள்ள டிம்மர் மூலமாக (0–100) வரை ஒளியை கூட்டவோ குறைக்கவோ முடியும்.

இதன் ஒளி வெளிப்பாடு 300 வாட் டங்ஸ்டன் விளக்கைவிட 45 சதவீதம் ஒளிர்வை கொடுக்கிறது. ஆனால் 115 வாட் மின்சார அளவை மட்டுமே பயன்படுத்துகிறது.

எல். 5 சி. விளக்கு, பாட்டரிகள் மூலமாகவும் பயன்படுத்த முடியும். (23 – 36 வோல்ட் டி.சி.)

இவ்விளக்கு 10 அடி தூரத்திற்கு சுமார் 290 ஃபுட்கேண்டல்ஸ் (foot candles) ஒளியை டங்ஸ்டன் (3200) நிறவெப்பத்திற்கு அளிக்கிறது.

எல். 5 டிடி. (L 5 TT)

எல். 5 டிடி. ஆனது டங்ஸ்டன் நிறவெப்பத்தை அடிப்படையாகக் கொண்ட எல்.இ.டி. விளக்கு (2600 டிகிரி கெல்வின் – 3600 டிகிரி கெல்வின்). இதன் மின்சார உபயோகம் (consumption) 115 வாட் ஆகும்.

இவ்விளக்கின் ஒளி வெளிப்பாடு 10 அடி தூரத்திற்கு சுமார் 380 ஃபுட் கேண்டல்ஸ்.

எல். 5 டீடி. (L 5 DT)

எல். 5 டீடி. பகல் நிறவெப்பத்தை அடிப்படையாகக் கொண்ட விளக்கு (5000 டிகிரி கெல்வின் – 6500 டிகிரி கெல்வின்). எல்.7 மூன்று மாடல்களில் விளக்குகள் தயாரிக்கப்படுகின்றன.

எல். 7 சி
(L 7 C)

2800 டிகிரி கெல்வினிலிருந்து பத்தாயிரம் வரை நிறவெப்பத்தை மாற்றம் செய்யலாம்.

இதன் மின்சார உபயோகம்:
160 – 220 வாட் வரை.

இவ்விளக்கின் ஒளி வெளிப்பாடு 10 அடிக்கு சுமார் 620 ஃபுட் கேண்டல்ஸ் டங்ஸ்டன் நிறவெப்பத்திற்கும், பகல் நிறவெப்பத்திற்கு சுமார் 700 ஃபுட் கேண்டல்ஸ் ஒளியைக் கொடுக்கிறது.

எல்.7 டிடி. (L 7 TT)

டங்ஸ்டன் நிறவெப்பத்தை அடிப்படையாகக் கொண்டது.

ஒளி வெளிப்பாடு 10 அடிக்கு – 695 ஃபுட் கேண்டல்ஸ்.

எல். 7 டிடி (L 7 DT)

பகல் நிறவெப்பத்தை அடிப்படையாகக் கொண்டது.

ஒளி வெளிப்பாடு 10 அடிக்கு சுமார் 795 ஃபுட் கேண்டல்ஸ்.

எல்.10 சி. (L 10 C)

எல். 5 எல். 7 போல சி வரிசை எல்.இ.டி. விளக்கு 2800–1000 டிகிரி கெல்வின் நிறவெப்பத்தை நம் தேவைக்கு ஏற்ப மாற்றம் செய்துகொள்ளலாம்.

இதன் மின்சார உபயோகம்
400 – 510 வாட்.

ஒளி அளவு வெளிப்பாடு 10 அடிக்கு சுமார் 1350 ஃபுட் கேண்டல்ஸ் டங்ஸ்டன் நிற வெப்ப அளவில்.

பகல் நிறவெப்பதிற்கு 10 அடிக்கு ஒளி வெளிப்பாடு சுமார் 1395 ஃபுட் கேண்டல்ஸ்.

L10
Bright. Robust. Tuneable.
L10 the most powerful addition to the L-Series yet

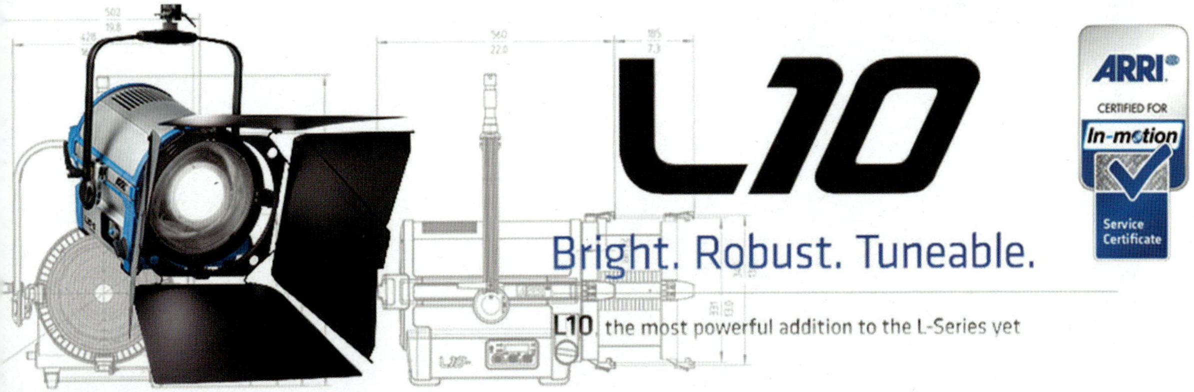

எல். 10 டிடி (L 10-TT)

எல். 10 டிடி. டங்ஸ்டன் நிறவெப்பத்தை ஒட்டித் தயாரிக்கப்பட்ட எல்.இ.டி. (LED) ஒளிவிளக்கு.

எல். 10 டீடி (L 10-DT)

எல். 10 டீடி பகல் நிற வெப்பத்தை அடிப்படையாகக் கொண்டு தயாரிக்கப்பட்டது (5000 டிகிரி – 6500 டிகிரி கெல்வின் வரை).

இவ்வகை ஒளிவிளக்கின் ஒளி வெளிப்பாடு 10 அடிக்கு சுமார் 1520 ஃபுட் கேண்டல்ஸ் அளவாகும்.

ஆரி எல்.இ.டி. ஸ்கை பேனல் விளக்குகள் (Sky panel LED lights)

ஆரியின் ஸ்கை பேனல் ஒளி விளக்குகள் மிகவும் தரமாக தயாரிக்கப்பட்டவை. இவை பிரகாசமாகவும் மென்மையான ஒளியையும் கொடுக்கவல்லது.

இவை எஸ் தொடர் வரிசையில் 30, 60, 120 என்ற எண் மாடல்களில் கிடைக்கின்றன.

அளவில் சிறியதாக இருக்கும் எஸ் 30 வகை ஸ்கை பேனல் விளக்கிலிருந்து பிரகாசமான மற்றும் மென்மையான ஒளி கிடைப்பதோடு அதன் வெளிப்பாடு 1000 வாட் திறனுக்கு இருக்கும். ஆனால் மின்சார செலவு வெறும் 200 வாட் மட்டுமே.

எஸ் 60 ஸ்கை பேனல் விளக்கு சுமார் 2000 வாட் அளவு ஒளி வெளிப்பாடு இருக்கும். அதன் மின்சார செலவு 420 வாட். (ஒளி வெளிப்பாடு பேனல் 2 அடி அகலமும் ஒரு அடி உயரமும் கொண்டது). எஸ் 120 ஸ்கை பேனல் விளக்கு அளவில் பெரியது. அதாவது, அதன் பேனல் 4.2 அடி அகலமும் 1 அடி உயரமும் கொண்டது.

மேலே குறிப்பிடப்பட்டுள்ள 30, 60, 120 ஆகிய ஸ்கை பேனல் விளக்குகள் சி முத்திரையுடன் நிறவெப்பத்தை வேறுபடுத்திக் கொள்ளும்படி அமைக்கப்பட்டுள்ளது (2800 டிகிரி கெல்வின் – 10000 டிகிரி கெல்வின்).

இதுபோக, ஆரி நிறுவனம் கைக்கு அடக்கமான காஸ்டர் எல்.இ.டி. விளக்குகளையும் அறிமுகப்படுத்தியுள்ளது.

இவற்றை பாட்டரிகள் மூலமாகவும் இயக்கலாம்.

லோ காஸ்டர் 2 ப்ளஸ் (LO Caster 2 plus)

வெறும் 960 கிராம் எடை கொண்ட இவ்வகை எல்.இ.டி. லைட்டுகள் சி.ஆர்.ஐ. தரக்குறிப்பீட்டு எண் 90 பெற்றுள்ளது.

டங்ஸ்டன் நிறவெப்பத்திலிருந்து பகல் நிறவெப்பத்திற்கு மாற்றி அமைத்துக்கொள்ளும் வசதி கொண்டது. மேலும், ஒளியை மங்கவும் (dimmable) செய்யலாம்.

இவ்வகை ஒளிவிளக்கு நல்ல பிரகாசமான ஒளியைக் கொடுப்பதோடு எங்கும் எடுத்துச் செல்லும் வசதி வாய்ந்தது. செய்திகள், பேட்டி போன்ற படப்பிடிப்பு முறைக்கும், காரின் உட்புறமும் ஒளியமைக்க மிக எளிதாக இருக்கும்.

மோல் ஃபிரெநெல் எல்.இ.டி. விளக்குகள் (Mole LED Fresnel lights)

ஆரி நிறுவனம் போல மோல் ரிச்சர்ட்சன் நிறுவனமும் மிகவும் பிரசித்தி பெற்றது. 1936 ஆம் ஆண்டிலிருந்தே பல்வேறு ஒளிவிளக்குகளைத் தயாரித்து வருகிறது.

100 வாட் ட்வீனீ ஃபிரெநெல் (Tweenie LED)

150 வாட் பேபி (baby LED)

200 வாட் ஜூனியர் (Junior LED)

400 வாட் ஸ்டுடியோ ஜூனியர் (Studio Junior LED)

900 வாட் சீனியர் (Senior LED)

1600 வாட் டென்னர் (Tenner LED)

மேலே உள்ள அனைத்திலும் டங்ஸ்டன் மற்றும் பகல் நிற வெப்பத்திற்கு ஏற்ப தனித்தனியாக எல்.இ.டி. விளக்குகள் கிடைக்கின்றன.

அனைத்து விளக்குகளும் சி.ஆர்.ஐ. எண் தொண்ணூற்றுக்கு மேற்பட்டே உள்ளன.

இகான், ட்ராகாஸ்ட், வெஸ்காட், ஆஸ்ட்ரா, பி.பி.எஸ். ஏரியா 48 ஆகிய எல்.இ.டி. தயாரிப்பு ஒளிவிளக்குகள் சரியான தரக்கோட்பாட்டுடன் சி.ஆர்.ஐ. தொண்ணூற்றுக்கு மேற்பட்டே இருப்பதால் ஒளியின் மூலம் சரியான நிறவெளிப்பாடு அடைய முடியும்.

இந்தியாவில் கனரா (Canara) இல்ஃபோர்ட்ஸ் (IlFords) ஆகிய நிறுவனங்கள் தரமான எல்.இ.டி. விளக்குகளை ஃபிரெநெல், பேனல் மாடல்களில் தயாரித்து வருகின்றன.

ரிமோட் பாஸ்பர் எல்.இ.டி. தொழில்நுட்பம் (RPT)

எல்.இ.டி. ஒளி விளக்குகளில் மேம்படுத்தப்பட்ட இன்னொரு புதிய தொழில்நுட்பம்தான் ரிமோட் பாஸ்பர் வகை ஒளிக்கருவிகள்.

பொதுவாக, எல்.இ.டி. விளக்குகளிலிருந்து வரும் ஒளியானது குறிப்பிட்ட அலைவரிசை இழப்பீட்டினால் தான் நிறத்துல்லியத்தை இழக்க நேரிடுகிறது.

இக்குறையைப் போக்கும் வண்ணம் எல்.இ.டி. விளக்குகளிலுள்ள பல்புகளுக்கு முன்னர் இடம்பெற்றிருக்கும் ஒளி ஊடுருவும் (transparent) பேனல்களில் உயர்ரக பாஸ்பர் (remote phosphor) பூசப்பட்டிருக்கும்.

இவ்வகை லைட்டுகளில் நீலநிற எல்.இ.டி. பல்புகள் பொருத்தப்பட்டிருக்கும்.
ரிமோட் பாஸ்பர் தொழில்நுட்பத்தில் உருவான ஒளிவிளக்குகள் உயர் சி.ஆர்.ஐ. எண்களை பெற்றிருக்கிறது.

ஆரி நிறுவனமும் தன் பங்கிற்கு எஸ். 30 ஆர்.பி மற்றும் எஸ் 60 ஆர்.பி. ஒளி விளக்குகளை அறிமுகப்படுத்தியுள்ளது.

நிறவெப்ப மாற்றத்திற்கு பேனல்களை மாற்றிக்கொள்ள வேண்டும். ஆரியின் எஸ் 60 எஸ் 30 ஆர். பி வகை விளக்குகளில் ஆறு நிறவெப்ப பேனல்கள் உள்ளன. (2700, 3200, 4300, 5600, 6500, 10000 டிகிரி கெல்வின்). நம் தேவைக்கேற்ப பேனல்களை மாற்றிப் பயன்படுத்திக் கொள்ளலாம்.

ஆர்.பி.டி. தொழில்நுட்பத்தில் சினியோ (Cineo) நிறுவனம் மிகச்சிறந்த எல்.இ.டி. ஒளிவிளக்குகளை அறிமுகப்படுத்தியுள்ளது.

ஹெச்.எஸ்.எக்ஸ் (HSX) ஹெச்.எஸ் 2 வேவ் (HS 2 wave), மேவ்ரிக் (Maverick), மேட்ச் பாக்ஸ் (match box), ஸ்பேஸ் (Space) ஆகிய மாடல்களில் கிடைக்கிறது.

ஹெச்.எஸ்.எக்ஸ்
(HSX)

இவ்வொளி விளக்கு 10 அடி 95 ஃபுட் கேண்டல்ஸ் ஒளி அளவை அளிக்கிறது. இதற்கு 400 வாட் மின்சாரம் தேவைப்படுகிறது. இதன் லைட் பேனல் சுமார் 1.75 அடி அகலமும் 10 அடி உயரமும் கொண்டது.

ஹெச்.எஸ் 2 வேவ் (HS 2 wave)

இதன் சி.ஆர்.ஐ. எண் 97.

மிகவும் மென்மையான ஒளியை அளிக்கும் இவ்விளக்கு 500 வாட் மின்சாரத்தை செலவு செய்கிறது.

10 அடி தூரத்தில் 2700 டிகிரி கெல்வினுக்கு 93 ஃபுட் கேண்டில்ஸ் ஒளி அளவும் 3200 டிகிரி கெல்வின் – 100 ஃபுட் கேண்டில்ஸ், 5600 டிகிரி கெல்வினுக்கு – 112 ஃபுட் கேண்டில்ஸ் வெளிச்சத்தை அளிக்கிறது.

மேவ்ரிக் (Maverick)

மிகச்சிறந்த தயாரிப்பான மேவ்ரிக்கின் சி.ஆர்.ஐ. குறியீட்டு எண் 95க்கு மேலாகவே உள்ளது.

இவ்விளக்கு, ஏறத்தாழ மென்மையான 1000 வாட்டுக்கு சமமான ஒளிர்வை அளிக்கிறது. இதற்கு 120 வாட் மின்சாரம் மட்டுமே தேவைப்படுகிறது.

ஒளிவிளக்கிலிருந்து ஒளி பரப்பளவு 160 டிகிரி. ஒரு பத்தடி தூரத்திற்கு 20 ஃபுட் கேண்டல்ஸ் ஒளிர்வு கிடைக்கும்.

மேட்ச் பாக்ஸ் (Match box)

பெயருக்கு ஏற்ப இது மிகச்சிறிய வடிவில் இருக்கும். இவற்றை பாட்டரிகள் மூலம் 6–26 வோல்ட் டி.சி. சக்தியில் இயக்கலாம்.

மேட்ச் பாக்ஸ் ஒளிவிளக்கை டிம்மர் வசதி மூலமாக (0–100) ஒளிர்வை வேறுபடுத்தலாம்.

ஒரு மீட்டர் தூரத்திற்கு டிகிரி கெல்வின் நிறவெப்பத்தில் 64 ஃபுட் கேண்டல்ஸ் வெளிச்சமும் 5600 டிகிரி கெல்வின் நிறவெப்பத்தில் 72 ஃபுட் கேண்டல்ஸ் வெளிச்சமும் கிடைக்கும்.

மிகச்சிறிய இடம் மற்றும் பகுதியில் ஒளியூட்டுவதற்கு மேட்ச் பாக்ஸ் ஒளிவிளக்கு பயன்படும்.

ஸ்பேஸ் (Space)

சினியோவின் தயாரிப்பான ஸ்பேஸ் ஒளிவிளக்கு நீண்ட பரப்புக்கு ஒளியூட்டவல்லது. வெறும் 1000 வாட் மின்சக்தியில் 6000 வாட்டுக்கு மேலான வெளிச்சத்தை அளிக்கும் திறன் வாய்ந்தது.

இவ்விளக்கை டாப் லைட்டாகப் பயன்படுத்த ஏதுவாகவும் எளிதாக எங்கும் பொருத்தும் வண்ணமும் வடிவமைக்கப்பட்டுள்ளது.

ஹாலிவுட்டின் சமீபத்திய புகழ்பெற்ற திரைப்படங்களான ஃபெண்டாஸ்டிக் ஃபோர் (Fantastic Four) திரைப்படத்தில் ஒளிப்பதிவாளர் மேத்யூ ஜென்சன் மற்றும் பில்லி லின்ஸ் லாங் டைம் வாக் (Billy Lynn's Long Time Walk) திரைப்படத்தில் ஒளிப்பதிவாளர் ஜான் டால் (John Toll) ஆகியோர் இவ்வொளி விளக்கைப் பயன்படுத்தினர்.

பிரபல இந்தியத் தயாரிப்பு நிறுவனமான 'கனரா', கேன் எல்.இ.டி.–ஆர்.பி 125 (CAN LED- RP 125) என்ற ஒளிவிளக்கைத் தயாரித்து வருகிறது. டிம்மர், 3200 டிகிரி மற்றும் 5600 டிகிரி மாற்றம் செய்யும் நிறவெப்ப பேனல் வசதியும் 125 வாட் மின் செலவில் செயல்படும். இவ்விளக்கு 10 அடி தொலைவில் 22 ஃபுட் கேண்டல்ஸ் ஒளியைத் தருகிறது.

ப்ளாஸ்மா
(Plasma)

மிகச்சமீபத்திய வரவுதான் ப்ளாஸ்மா தொழில்நுட்பம். ஒற்றை பல்பிலிருந்து திடமான ஒளியை அளிப்பது இதன் சிறப்பம்சமாகும்.

இவை நவீன ஹெச்.எம்.ஐ. விளக்குகளைவிட இரண்டு மடங்கு ஒளியைப் பாய்ச்சும் சக்தி வாய்ந்தது. இந்த பல்பின் ஆயுட்காலம் 10,000 மணி நேரம் ஆகும்.

ப்ளாஸ்மா ஒளிவிளக்கு பகல் நிறவெப்பத்திற்கு உட்படுகிறது. அதன் பல்ப் கண்ணாடிக் குமிழியில் மந்தவாயு மற்றும் உலோக உப்புகளால் நிரப்பப்பட்டு மின் முனையிலிருந்து மிகவும் சக்திவாய்ந்த ஒளி வெளிப்படும் அளவிற்கு வடிவமைக்கப்பட்டது.

ப்ளாஸ்மா ஒளிவிளக்கு மூலம் நீண்ட தூரத்திற்கு ஒளிக்கற்றை செலுத்த முடியும்.

ப்ளாஸ்மா விளக்குகளை ஹைவ் (Hive) நிறுவனம் தயாரிக்கிறது. வாஸ்ப் 1000, வாஸ்ப் 250, லீக்கோ ஸ்பாட் ஆகிய அமைப்புகளில் தயாரிக்கப்படுகிறது.

வாஸ்ப் 1000 (wasp 1000) ஆயிரம் வாட் பல்புடன் பரவளைய பிரதிபலிப்பான் (parabolic reflector) அமைப்புடன் வரும் ஒளிவிளக்கானது, 2.5 கிலோவாட் ஹெச்.எம்.ஐ. பாற் விளக்கின் வெளிச்சத்தை அளிக்கவல்லது.

ஒளியின் தன்மையை மாற்றி அமைக்க பிரத்யேகமான ஃபில்டர்கள் உள்ளன. அவற்றை ஒளிவிளக்கின் முன் வைத்தே உபயோகப்படுத்த முடியும்.

நேரோ (Narrow), மீடியம் (Medium), வைட் (Wide), சூப்பர் வைட் (Super wide) என நான்கு வகையானது.

இவை தவிர இவ்வொளி விளக்கின் முன் பயன்படுத்தும் வகையில் பிரத்யேகமான மென்பெட்டகங்களும் (soft box) உள்ளன.

ட்ரோன் லைட்டுகள்
(Drone Lights)

மினி ஹெலிகாப்டர் போல செயல்படும் ட்ரோன்களில் காமிரா வைத்து உயரமான நிலையிலிருந்து படமாக்கப்பட்டு வரும் இந்நாளில் எல்.இ.டி. ஒளிவிளக்குகளை அதில் பொருத்தி இரவில் ஒளியமைக்கும் முறை தற்போது பிரபலமாகி வருகிறது. சிறிய பாட்டரி மூலம் செயல்படும் எல்.இ.டி. ஒளிவிளக்குகள் பயன்படுத்தப்படுகின்றன

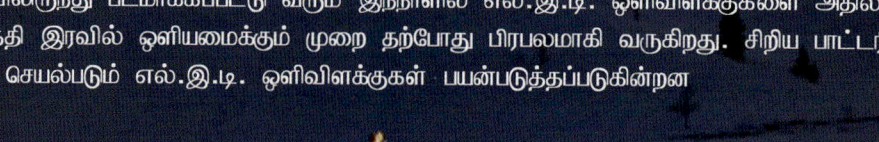

ட்ரோன் மூலம் மிகச்சுலபமாகவும் விரைவாகவும் உயரமான நிலையிலிருந்து ஒளியூட்ட முடியும். அது மட்டுமில்லாமல் மிகவும் இக்கட்டான பகுதிகளில் இருந்தும் ஒளியூட்ட இது பயன்படும்.

ட்ரோன் மூலம் ஒளியை உயரமான நிலையிலிருந்து மட்டுமல்லாமல் ஒரு கதாபாத்திரத்தையோ அல்லது கார் துரத்தல் போன்ற காட்சிகளுக்கு ஒளியை தொடர்ந்து பின்பற்றச் செய்யவோ முடியும்.

ஃபைலெக்ஸ் ஏ.எல்.250 (Fiilex AL 250) இயங்கும் எல்.இ.டி. ஒளிவிளக்கானது எந்த விதமான ட்ரோன்களில் வைத்தும் இயக்க முடியும். இதன் எடை 270 கிராம் மட்டுமே. 30 வாட் மின்சக்தி மட்டுமே பெற்று 200 வாட் வெளிச்சத்தை தொடர்ந்து அரை மணி நேரம் பாய்ச்சும் திறன் வாய்ந்தது.

இதன் லித்தியம் ஐயான் (Lithium ion) பாட்டரிகளை தொடர் பயன்பாட்டிற்கு ரீசார்ஜ் செய்து கொள்ளலாம்.

பத்தடி உயரத்திலிருந்து ஏறத்தாழ 30 ஃபுட் கேண்டல்ஸ் வெளிச்சத்தை அளிக்கிறது. 20 அடி உயரம் என்றால் சுமார் 7 ஃபுட் கேண்டல்ஸ் ஒளி கிடைக்கும்.

ரோட்டோ எல்.இ.டி. விளக்குகள்

சிறந்த தொழில்நுட்பத்துக்காக பல்வேறு விருதுகளை பெற்றுள்ள ரோட்டோ எல்.இ.டி. விளக்குகள் மூன்று மாடல்களில் தயாரிக்கப்பட்டு வருகின்றன.

நியோ (Neo),

ஆனோவா (Anova) மற்றும்

ஆர்.எல்.48 (RL 48)

உருண்டை வடிவிலிருக்கும் ரோட்டோ ஒளி விளக்குகள் மிகவும் மென்மையான ஒளியை அளிக்கிறது. அதனால் ஒளியூட்டப்பட்ட கதாபாத்திரத்தின் கண்களில் இவ்வொளி ஒரு புள்ளி போல பிரதிபலிப்பது சிறப்பு.

பொதுவாக, மென்மையான ஒளி பெற விரவிகள் மற்றும் மென்பெட்டகங்கள் பயன்படுத்தும்போது, அவை கதாபாத்திரத்தின் கண்களில் அல்லது கண் கண்ணாடியில் க்ளோசப் காட்சியில் அப்படியே பிரதிபலித்து விடுகிறது.

ஆகையால், இவ்வகை ஒளிவிளக்குகள் மிகவும் பயன் உள்ளதாக இருக்கும்.

நியோ ரோட்டோ விளக்கு

இதில் நிறவெப்பம் 3200–6300 டிகிரி கெல்வின் வரை மாற்றிக்கொள்ளலாம்.

மூன்று அடி தூரத்திற்கு 100 ஃபுட் கேண்டல்ஸ் ஒளியை அளிக்கிறது.

ஆறு ஏஏ பாட்டரிகள் மூலம் மூன்று மணி நேரம் ஒளியூட்டலாம்.

அனோவா (Anova)

நிறவெப்பத்தை எலக்ட்ரானிக் முறையில் 3150–6300 டிகிரி கெல்வின் வரை மாற்றம் செய்யலாம்.

மூன்று அடி தூரத்திற்கு 583 ஃபுட் கேண்டல்ஸ் ஒளியை அளிக்கவல்லது.

ஒளிவிளக்குடன் பொருத்தும் வண்ணம் ஃபில்டர் பேக் (filter pack) உள்ளது. (216 விரவி, 250 விரவி, காஸ்மடிக் பீச், மைனஸ் க்ரீன், ப்ளஸ் க்ரீன் ஆகியவை மிகவும் பயனுள்ளவை).

அனோவா ஒளிவிளக்கிற்கு ‘வி’ மவுண்ட் பாட்டரிகளை (95 WH லித்தியம் ஐயான்) பயன்படுத்த வேண்டும்.

ஆர்.எல்.48 (RL 48)

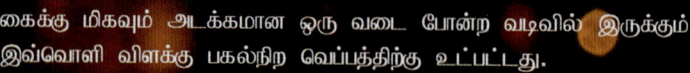

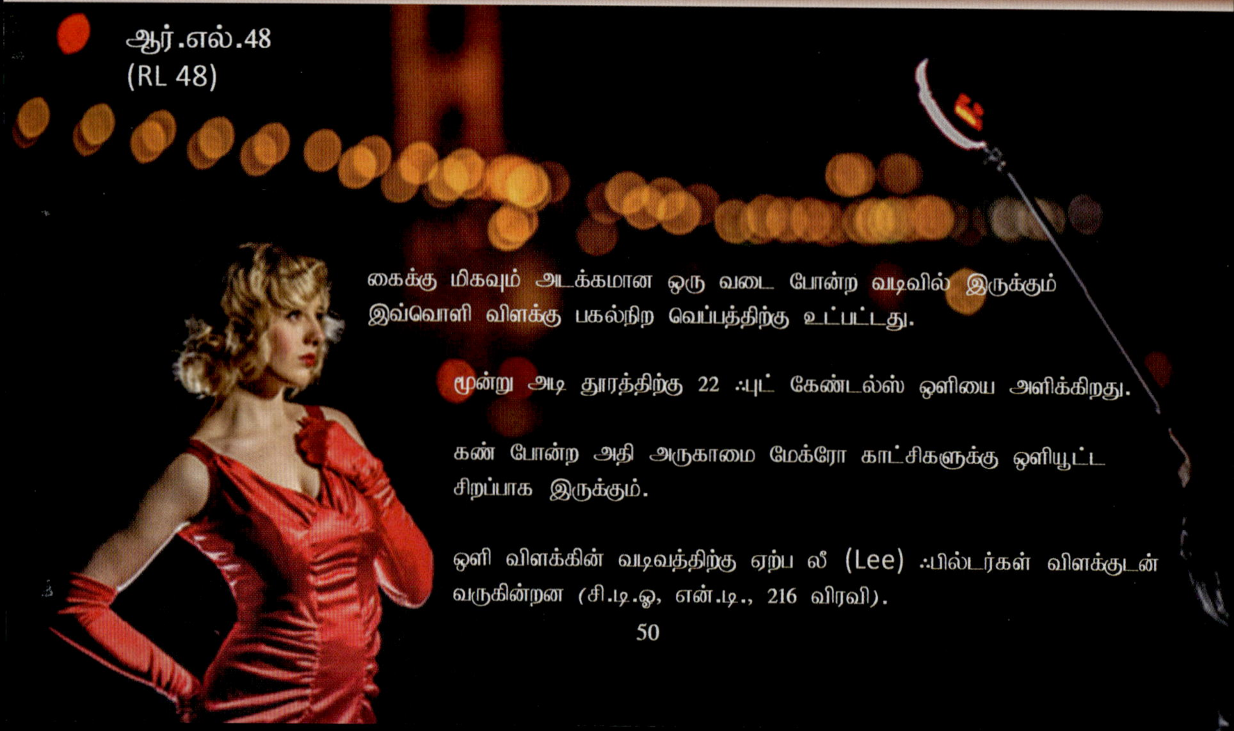

கைக்கு மிகவும் அடக்கமான ஒரு வடை போன்ற வடிவில் இருக்கும் இவ்வொளி விளக்கு பகல்நிற வெப்பத்திற்கு உட்பட்டது.

மூன்று அடி தூரத்திற்கு 22 ஃபுட் கேண்டல்ஸ் ஒளியை அளிக்கிறது.

கண் போன்ற அதி அருகாமை மேக்ரோ காட்சிகளுக்கு ஒளியூட்ட சிறப்பாக இருக்கும்.

ஒளி விளக்கின் வடிவத்திற்கு ஏற்ப லீ (Lee) ஃபில்டர்கள் விளக்குடன் வருகின்றன (சி.டி.ஓ, என்.டி., 216 விரவி).

கினோ∴ப்ளோ எல்.இ.டி. (Kinoflow LED)

திரைப்படத்துறையில் ஒளிர்விளக்கை (fluorescent lights) பிரதான ஒளியாகப் பயன்படுத்த மிக முக்கியமான காரணம், கினோ∴ப்ளோ நிறுவனம் தரமான நிறத்தின் பண்பு மாறா ஒளிர்வு விளக்குகளைத் தயாரித்ததே ஆகும்.

இன்று உலகம் முழுவதும் மின்சக்தி விரயத்தை தடுக்கும் பாதையில் பயணித்துக்கொண்டிருப்பதை ஒட்டி திரைப்பட ஒளிப்பதிவிலும் அதற்கேற்ப சில மாற்றங்கள் நிகழ்ந்து வருகின்றன. அதுவே எல்.இ.டி. விளக்குகள் தற்போது அதிக பயன்பாட்டில் உள்ளதற்கான முக்கிய காரணம் ஆகும்.

கினோ∴ப்ளோவும் தன் பங்கிற்கு எல்.இ.டி. பேனல் விளக்குகளை அறிமுகப்படுத்தியுள்ளது.

- செலப் எல்.இ.டி. 210
- செலப் எல்.இ.டி. 401
- செலப் எல்.இ.டி. 401 க்யூ
- டிவா எல்.இ.டி.

செலப் எல்.இ.டி. 210

- சி.ஆர்.ஐ. எண்: 95
- நிறவெப்பம் மாற்றம் செய்யலாம் (2700 – 5600 டிகிரி கெல்வின்)
- ஒளியை டிம் செய்யும்பொது நிறமாற்றம் ஏற்படுவதில்லை.
- 24 வோல்ட் டிசி பாட்டரியில் இயக்கலாம்.
- 750 வாட் சமமான ஒளி வெளிப்பாடு.
- மென்மையான ஒளிப்பண்பு.

செலப் எல்.இ.டி. 401

சி.ஆர்.ஐ. எண்: 95

நீளமான பேனல் அளவு (45x14 இன்ச்)

ஒளியை நிறவெப்ப மாற்றம் செய்யலாம் (2700 – 6500 டிகிரி கெல்வின்).

24 வோல்ட் டிசி பாட்டரியில் இயக்கலாம்.

வீட்டு மின் இணைப்பிலும் பயன்படுத்தலாம்.

1000 வாட்டுக்கு சமமான ஒளி வெளிப்பாடு.

செலப் 410 க்யூ

அளவில் நீளமானது (30X26 இன்ச்)

1000 வாட்டுக்கு மேற்பட்ட ஒளி வெளிப்பாடு அளிக்கிறது.

டிவா லைட் எல்.இ.டி. (Diva lite LED 20/30)

Diva-Lite Kit Includes

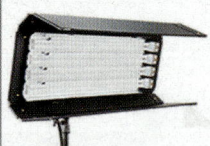
Diva-Lite Fixture

Built-in Dimming Ballast

Lamp Case

Travel Case

Flozier Diffuser

டிவா எல்.இ.டி. ஒளிவிளக்கு பிரசித்தி பெற்ற நேப் கண்காட்சியில் (NAB Exhibition) அறிமுகப்படுத்தப்பட்டு அதன் தொழில்நுட்ப மேம்பாட்டிற்காக மிகப்பெரிய வரவேற்பையும் விருதுகளையும் வென்றது.

சி.ஆர்.ஐ. : 95

24 வோல்ட் டிசி பாட்டரியில் இயக்கலாம்.

இவ்வொளி விளக்கில் இரண்டு முக்கிய மெனு (menu) பொத்தான்கள் உள்ளன.

ஒன்று, வெண்மை ஒளி பொத்தான். அதில் நிறவெப்ப மாற்றம் மற்றும் ஒளியைக் கூட்டவோ குறைக்கவோ (dimmable) முடியும்.

மற்றொன்று, கலர் மெனு (color menu). இதன் மூலம் 105 நிற ஜெல் ஃபில்டர்களை எலக்ட்ரானிக் முறையில் பயன்படுத்திக் கொள்ளலாம்.

அது மட்டுமில்லாமல், வண்ணச்சாயல் (hive) மற்றும் வண்ணச்செறிவு (saturation) பொத்தான் மூலம் பல்வேறு நிறங்களையும் அதன் தன்மைகளையும் மாற்றிக்கொள்ளலாம்.

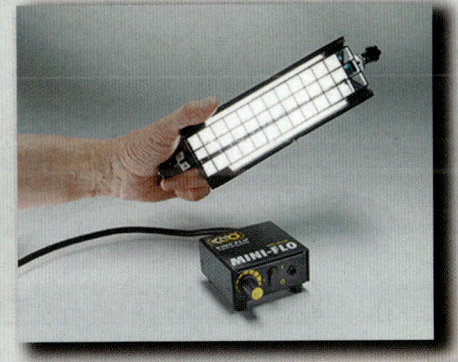

கினோஃப்ளோ மினி ட்யூப்புகள்

ஒரு மோதிர விரலின் அளவிலான இவ்விளக்கு சுமார் நான்கு இன்ச் நீளம் கொண்டது. இதனை காரின் உட்புறத்தில் டாஷ்போர்டில் வைத்தும்கூட ஒளியமைக்கலாம்.

ஒரு பேச்சாளரின் முகத்திற்கு மென்மையான ஒளியை அமைக்க அவர் பேசும் போடியத்தின் மீது கூட இவ்விளக்கை வைத்து ஒளியமைக்க முடியும்.

அளவில் மிகச்சிறியதாக இருந்தாலும் இவை மென்மையான ஒளிர்வையே தருவதால் காமிராவுக்கு மிக அருகில் வைத்து க்ளோசப் காட்சிகளுக்கு ஒரு சிறு பொலிவை உண்டாக்க முடியும்.

ஒரு ஃபிரேமை அமைத்த பிறகு புக் ஷெல்ஃப், மீன் தொட்டி, அலங்கார பொருட்கள் ஆகிய எதன் மீதும் இவ்வகை ஒளிவிளக்குகளை வைத்து காமிராவுக்கு தெரியாதவாறு அளவாக ஒளியூட்ட முடியும். இவை நான்கு மற்றும் ஒன்பது இன்ச் மாடல்களில் வருகின்றன.

6

மூன்று அடுக்கு - ஒளியமைப்பு
3 Plane Lighting

LIGHT

MEDIUM

DARK

GENERAL SPECTRUM

மூன்று அடுக்கு - ஒளியமைப்பு (3 Plane Lighting)

திரைப்பட ஒளிப்பதிவில் ஒரு ஒளிப்பதிவாளருக்கு மிகப்பெரிய சவால் என்னவென்றால், இரட்டை பரிணாமத்திரையில் நம் கண்கள் பார்க்கும் முப்பரிமாணத் தோற்றத்தை லென்ஸ், டெப்த் ஆ:ப் :பீல்ட் (depth of field) மற்றும் ஒளியமைப்பின் மூலம் காமிராவில் பதிவு செய்து கொண்டுவருவதே ஆகும்.

காட்சியை கம்போஸ் (compose) செய்த பிறகு :பிரேமில் (frame) ஒளியமைப்பைக் கட்டமைப்பதை மூன்று அடுக்குகளாகப் பிரிக்கலாம்.

நடிக்கும் பகுதி (acting area),

பின் பகுதி (back ground) மற்றும்

முன் பகுதி (fore ground).

மேற்சொன்ன மூன்று அடுக்குகளுக்கு ஒரே அளவிலோ அல்லது மொத்தமாகவோ ஒளியமைத்தால் காட்சி சுவாரசியமற்று போய்விட வாய்ப்புண்டு. இதை :ப்ளாட் லைட்டிங் (flat lighting) என்றும் கூறுவார்கள்.

குறிப்பிட்ட :பிரேமில் கதை மற்றும் கதாபாத்திரங்களின் செயல்பாட்டை அறிந்து இயக்குநரின் விஷுவல் அமைப்புக்கு ஏற்றவாறு ஒவ்வொரு அடுக்கிற்கும் வெவ்வேறு அளவுகோல்களில் ஒளியமைப்பதால் :பிரேமுக்குள் உள்ள ஒளிவேறுபாடு முப்பரிமாணத் தோற்றத்தை ஏற்படுத்தும். அதேபோல, காட்சியில் எங்கு கவனத்தை திருப்ப வேண்டுமோ அதை ஒளியமைப்பின் மூலம் செயல்படுத்தலாம்.

நடிக்கும் பகுதி

இது பிரதான கதாபாத்திரங்கள் இருக்கும் மையப் பகுதி. அவர்கள் அமர்ந்து கொண்டோ அல்லது நடக்கவோ செய்யலாம்.

மையப் பகுதிக்கு ஒளியமைக்கும் முன்னர் ஒளிப்பதிவாளர் பல்வேறு கூறுகளைக் கவனத்தில் கொண்டே செயல்படத் துவங்க வேண்டும்.

* சம்பவம் / காட்சியின் நேரம் (பகல்/இரவு)

* பிரேமில் கதாபாத்திரங்களின் எண்ணிக்கை. இதில் முக்கியமானது, ஷாட்டின் நடுவே புதிய கதாபாத்திரம் தோன்றுகிறதா?

* காமிராவில் தேர்வு செய்துள்ள ஐ.எஸ்.ஓ. எண்.

* பயன்படுத்தும் லென்ஸின் ஸ்பீட், அப்பர்சர் எண் (wide aperture)

* காமிராவின் ஒளி அகலாங்கு திறன் (exposure latitude). இதை கணக்கில் கொண்டுதான் ஃபிரேமில் ஒளி வேறுபாட்டின் அளவுகோலை நிர்ணயிக்க முடியும்.

* காமிரா நகர்வுகளின் திசை மாற்றம் எந்தத் தருணத்தில்?

மையப்பகுதிக்கு ஒளியமைக்கும் போது பெரும்பாலும் மாஸ்டர் ஷாட்டை (master shot) மனதில் கொண்டே ஆரம்பிக்க வேண்டும்.

சில சமயம் ∴பிரேமில் மையப்பகுதிக்கு பின்னால்
சுவருக்கு பதிலாக ஜன்னல்கள் கூட
இடம்பெறலாம்.

இரவுக்காட்சி என்றால் ஜன்னலுக்குப் பின்னால் மெல்லிய நீல
ஒளியையோ அல்லது தெரு விளகின் சோடியம் ஒளி போன்ற
ஆரஞ்சு–மஞ்சள் நிறத்தன்மையுடன் கூடிய ஒளிக்கீற்றை
உருவாக்கலாம்.

ஆனால் இந்த அமைப்பில் பகல் நேரத்தில் படப்பிடிப்பு நடத்துவது
என்பதுதான் மிகவும் சவாலானது.

பின் பகுதியில் உள்ள ஜன்னலில் ஒளி
பிரகாசமாக இருக்கும்பட்சத்தில் அதற்கு
ஏற்றவாறு மையப்பகுதிக்கு ஒளியைக்
கூட்டுவதைவிட ஜன்னலுக்குப் பின்னால் ஏதோ
மரம், செடி போன்றவை இருந்தால் பேக்கிரவுண்ட்
ப்ளீச் அவுட் ஆகாமல் ஓரளவுக்கு அடர்த்தியை
அளிக்கும்.

ஜன்னல் பகுதியின் வெளிப்புறத்தில்
பிரகாசமான சூரிய ஒளியிருந்தால்
மென்திரைகளை பயன்படுத்தலாம். அல்லது
என்.டி. ஜெல் ∴பில்டர்களை ஜன்னல்
கண்ணாடியில் சீராக ஒட்டிவிடலாம்.

சில ஒளிப்பதிவாளர்கள் ஜன்னல் ஒளி
பளீரென்று இருப்பதைப் பொருட்படுத்தாமல்
அதை கலைரீதியாக அணுகவும்
செய்கின்றனர்.

பின்பகுதி ஒளி தடுக்கும் முறை

முன் பகுதி
(Foreground)

பின்பகுதி ஒளிதடுக்கும் முறை

ஒளியை மையப்பகுதிக்கு செலுத்தும்போது ஒளிவிளக்கை 45 டிகிரி கோணத்தில் கதாபாத்திரங்களின் கண்மட்டத்தை விட மேலாக உயர்த்த வேண்டும்.

ஒளி தடுப்புக்கொடியை (flags) வெளிச்சம் செலுத்தப்படும் ஒளிவிளக்கிற்கு இரண்டு அடி முன்னர் வைத்து ஒளிவிளக்கின் மேல் பகுதியிலிருந்து கவனமாக கீழே இறக்க வேண்டும். அப்போது மையப்பகுதிக்கு பின்னால் இருக்கும் சுவர் மீதிருக்கும் ஒளி தடுக்கப்படுவதைப் பார்க்கலாம்.

கதாபாத்திரங்கள் மீது ஒளி தடுக்கப்படும் வரை ஒளி தடுப்புப் பலகை அல்லது கொடியை இறக்கலாம்.

மிக முக்கியமாக கவனத்தில் எடுத்துக் கொள்ள வேண்டியவை, பின்பகுதிக்கு செல்லும் ஒளியை மிகவும் அடர்த்தியாக (deep) தடுக்க வேண்டும் என்றால் தடுப்புக்கொடியை பயன்படுத்தலாம். அதுவே கொஞ்சம் மிருதுவாக தடுக்க வேண்டும் என்றால் விரவிகள் மற்றும் கம்பிவலைகளைப் பயன்படுத்தி மட்டுப்படுத்தலாம்.

பின்பகுதியை எவ்வாறு ஒளியூட்ட வேண்டும் அல்லது நிழல் பகுதியாக இருக்க வேண்டுமா என்பது ஒளிப்பதிவாளரின் தனிப்பட்ட ரசனையைச் சார்ந்தது.

பின்பகுதி இருண்டு இருந்தால் அது இரவைக் குறிக்க வாய்ப்புண்டு.

அதுவே பின்பகுதியில் உள்ள சுவர் (wall) மீது ஜன்னல் வழி ஒளியமைப்பு யுக்தியை கையாளலாம். அதன் மூலமாக கால நேரத்தையும் ஒளியின் வழியாக உணர்த்தலாம்.

க்ரைம் திரில்லர் வகைக் காட்சிகளுக்கு சில நேரங்களில் கதாபாத்திரங்களை நேரடியாகக் காண்பிக்காமல் சுவர் மீது நிழல்படியும் படியாக ஒளி அமைப்பது ஒரு யுக்தி.

பிரம்மாண்டமான அல்லது ஒரு வண்ணமயமான பின்னணி இருந்தால் அதற்குத் தனியாக ஒளியமைப்பது சிறந்தது.

பகல் நேரங்களில் உட்புற காட்சியை படமாக்கும்போது அவ்விடத்தில் அதிக ஜன்னல்கள் இருக்கும்பட்சத்தில் அந்த வெளிச்சமே பின்பகுதிக்குப் போதுமானதாக இருக்கும் என்று கருதி சில ஒளிப்பதிவாளர்கள் பிரத்யேகமாக ஒளியூட்டாமல் மையப்பகுதிக்கு மட்டுமே ஒளியமைப்பார்கள். சில சமயங்களில், பின்பகுதி வெளிச்சம் மையப்பகுதியை விட அதிகமாக இருந்தால் ஜன்னல்களில் விரவிகளையோ அல்லது திரைச்சீலைகளையோ வைத்து பின்பகுதியில் உள்ள சுவர் வெளிச்சத்தை மட்டுப்படுத்துவார்கள்.

பின்பகுதி சுவர்களில் உள்ள நிறமும் முக்கியமானதாகும். வெண்மை நிறம் (white) இருந்தால் பின்பகுதிக்கு மிகக்குறைந்த ஒளி இருந்தால் போதும்.

மையப்பகுதிக்கு ஒரே திசையிலிருந்து ஒன்றுக்கு மேற்பட்ட ஒளிவிளக்குகளைப் பயன்படுத்தும்போது பின்பகுதியில் உள்ள சுவற்றில் இரட்டை நிழல் (double shadow) உருவாகக்கூடாது. அதனைத் தவிர்க்க, ஒளிவிளக்கை உயர்த்தி மையப்பகுதியில் உள்ள கதாபாத்திரங்களுக்கு மட்டுமே ஒளியூட்ட வேண்டும். அப்படிச்செய்தால் அவ்வொளி பின்னால் இருக்கும் தரைப்பகுதிக்கு மட்டுமே செல்லும். சில நேரங்களில் விரவிகள் மூலமாகவும் இரட்டை நிழலை மட்டுப்படுத்தலாம்.

இரவு நேரக்காட்சிகளில் பின்பகுதிக்கு ஃபிரேமுக்குள்ளே இருக்கும் டேபிள் விளக்கின் ஒளியே போதுமானதாக இருக்கும். இவ்வாறுள்ள பிராக்டிக்கல் விளக்குகளை டிம்மர் மூலமாக நம் தேவைக்கு ஏற்ப ஒளியைக் கட்டுப்படுத்தலாம்.

மாஸ்டர் ஷாட்டில் ஏனைய கதாபாத்திரங்களின் நிலைப்பாடு, செயல்களை படமாக்கிவிட்டு, பின்னர் அவற்றை மிட் லாங், மீடியம் க்ளோசப், க்ளோசப் மற்றும் ஓ.டி.எஸ். (OTS Suggesstion) ஷாட்டுகளாக பிரித்து படமாக்கப்படும். பெரும்பாலும் காமிரா 180 டிகிரி அரைவட்டத்திற்குள்ளேயே பயணிக்கும்.

மையப்பகுதிக்கு ஒளியமைக்கும்போது கதாபாத்திரங்களின் தேவையற்ற நிழல் பின்பகுதியில் (back ground) படியாதவாறு ஒளிவிளக்கை வைத்து ஒளியூட்ட வேண்டும். அல்லது அந்த நிழல் பின்பகுதியில் விழுவதை ஒளிதடுப்புக் கருவிகளான கரும்பலகை (flags) பயன்படுத்தி தடுக்க வேண்டும்.

பின் பகுதி (Background)

ஒளியமைப்பில் பின் பகுதியை அதாவது பேக்கிரவுண்டை மிகவும் கவனமாகவும் கலை ரீதியாகவும் அணுகவேண்டும்.

மையப்பகுதிக்கும் பின்பகுதிக்கும் சற்று இடைவெளி இருப்பது ஒளியமைப்புக்கும் காட்சியை கம்போஸ் செய்வதற்கும் சிறப்பாக இருக்கும்.

பொதுவாக, பின்பகுதியில் வெளிச்சம் சற்று குறைவாக அமைப்பது மையப்பகுதியின் கதாபாத்திரங்களுக்கு பார்வையாளர்களின் கவனம் பெற உதவும்.

டங்ஸ்டன் ஒளி விளக்கு இருந்தால் சி.டி.பி. ஃபில்டர் ஜெல் பொருத்தி பயன்படுத்தலாம்.

ஜன்னல் வழியாக நாம் ஒளிவிளக்கை வைத்து அமைக்கும் ஒளியமைப்பை இரண்டு வகையாக செயல்படுத்தலாம்.

ஒன்று, ஒளியை நேரடியாக செலுத்துவது – அது உட்புறத்தில் திடமான ஒளியைக் கொடுக்கும்.

ஒளிதடுப்புக்கொடி அல்லது கோபோ (GoBo) மூலம் ஒளிக்கீற்றை உருவாக்கலாம்.

ஒளிக்கீற்றை உருவாக்க வேண்டும் என்றால் ஒளியின் தன்மை திடமாக இருக்க வேண்டும். அது நேரடியான ஒளியாகவும் இருக்க வேண்டும்.

பல்வேறு பேட்டர்ன்களை (pattern) உருவாக்கலாம். சில நேரம் இலை மற்றும் மரக்கொடிகளைக் கூட ஒளியின் பாதையில் வைத்து சுவற்றில் ஒளி வடிவத்தை பெறலாம்.

குகலரிஸ்
(Cucoloris)

இது, ஒரு பலகை அல்லது அட்டையில் பல்வேறு விதமான வடிவங்களில் துளையிடப்பட்டு இருக்கும். ஒளியின் பாதையில் இதனை வைக்கும்போது துளை பகுதியில் ஒளி புகுந்து அவ்வடிவத்தை அருகில் இருக்கும் சுவர் மீது உருவாக்கும்.

ஒளிக்கீற்றை வடிவம் பெற வைக்கும் பொருட்களான தடுப்புக்கொடி, கோபோ, குகலரிஸ் ஆகியவற்றை ஒளிவிளக்கின் அருகில் வைத்தால் மென்மையான வடிவம் மட்டுமே உருவாகும். ஆனால் அதே பொருட்களை வடிவம் பெற இருக்கும் இடத்திற்கு அருகில் வைத்து ஒளியைப் பாய்ச்சினால் நல்ல திடமான ஒளிக்கீற்று உருவாகும்.

ஜன்னல் வழி ஒளியமைப்பு
(Window source lighting)

பகல் நேரத்தில் சூரிய ஒளி ஜன்னல் வழியாக சிறிது நேரத்திற்கு மட்டுமே நீடித்திருக்கும். அதுவும் சற்று உயரமான நிலையிலிருந்து ஒளி வருவதால் சுவற்றின் கீழ் பகுதிக்கே செல்லும்.

ஆனால், வெளிப்புற பிரதிபலிக்கும் ஒளி, அதாவது ஸ்கை லைட் (sky light) தான் ஜன்னல் வழியாக நீண்ட நேரம் காணப்படும் பிரதான ஒளி.

உட்புறக்காட்சிக்கு இயல்பான ஒளியைத் தருவது ஜன்னலிலிருந்து வரும் வெளிச்சம். இதை சிறப்பாக பயன்படுத்த வேண்டும் என்றால், ஜன்னலுக்கு எவ்வளவு அருகில் செல்கிறோமோ அவ்வளவு அதிகமான வெளிச்சத்தை பெறமுடியும்.

ஜன்னல் வெளிச்சம் மிக மென்மையாகவும் அதே நேரத்தில் கான்ட்ராஸ்டாகவும் இருக்கும்.

ஒரு திரைப்படத்திற்கு ஒளியமைக்கும் போது நாம் பயன்படுத்தும் ஒளியானது நீண்ட நேரம் சீராக இருந்தால் மட்டுமே பல ஷாட்டுகள் அடங்கிய ஒரு காட்சிக்குப் பொருத்தமானதாக இருக்கும்.

அதனால், ஜன்னலுக்கு வெளியே இருந்து பகல் நிற வெப்பத்தைக் கொண்ட ஹெச்.எம்.ஐ. பாற் விளக்குகளை பயன்படுத்தலாம்.

7
ஜன்னல் வழி ஒளியமைப்பு
Window source lighting

முன் பகுதி
(Foreground)

ஃபிரேமின் முற்பகுதிக்கு பிரத்யேகமாக ஒளியமைக்காமல் இருப்பதே சிறந்தது. ஏனென்றால், பெரும்பாலும் ஃபிரேமின் முற்பகுதியில் உள்ள கூறுகளானவை (elements) அவுட் ஆஃப் ஃபோகஸ் ஆக இருக்கும் அல்லது ஃபிரேமின் முனையில் சிறுபகுதியாக மட்டுமே இருக்கும்.

உதாரணம்: சிறைக்கம்பிகள், இலைகள், முகத்தின் சிறு பகுதி.

மேலே குறிப்பிடப்பட்டுள்ளவற்றிற்கு ஓரளவு நிழல் பகுதியாகவே இருக்கலாம்.

அப்படி ஒளியமைக்க வேண்டும் என்றால் அவற்றிற்கு பின் ஒளி அல்லது பக்கவாட்டிலிருந்து ஒளியின் மூலம் அவுட்லைன் உருவாக்கலாம்.

வைட் ஷாட்டில் மையப்பகுதிக்கு முன் பகுதியில் (foreground) டேபிள் அல்லது காட்சிக்கு வேண்டிய பொருள் இருக்கலாம். சில நேரங்களில் கதாபாத்திரங்கள் கூட கடந்து செல்லலாம்.

பொதுவாக, மையப்பகுதிக்கு செலுத்தும் ஒளி ஃபிரேமின் முன் பகுதியைக் கடந்தே செல்லும். அப்போது, முன் பகுதியில் உள்ள பொருட்களுக்கோ, கதாபாத்திரங்களுக்கோ அதிக ஒளியிருந்தால் கவனச்சிதறல் ஏற்படும்.

அதற்கு, ஒளிவிளக்கின் முன் ஒளி தடுப்புக்கொடி அல்லது விரவிகளை ஒளிவிளக்கின் ஒளி வரும் பாதையில் கீழே இருந்து உயர்த்தும்போது முன்பகுதியில் உள்ள சற்றே அதிக ஒளி மட்டுப்படுத்தப்படும்.

ஃபிரேமின் ஓரத்தில் கதாபாத்திரத்தின் முகமோ, தோள்பட்டையையோ வைத்து ஃபிரேமின் பிரதான பகுதியில் மற்ற கதாபாத்திரத்தின் முகத்தை கம்போஸ் செய்து காட்சிகளை பதிவு செய்யவேண்டிவரும். இது ஓ.டி.எஸ் ஷாட் ஆகும்.

உட்புற ஒளியமைப்பின்போது ஃபிரேமின் ஓரத்தில் இருக்கும் சப்ஜெக்டிற்கு ஒளி அதிகம் படாமல் பிரதான கதாபாத்திரத்திற்கு ஒளியமைப்பது சுலபம்.

ஆனால் வெளிப்புறக் காட்சியின்போது ஸ்க்ரிம்மர், விரவிகள் மூலமாக ஃபிரேமின் ஓரத்தில் இருக்கும் கூறுகளுக்கு ஒளியைத் தடுப்பதோ அல்லது மென்மையாக்குவதோ அவசியமாகிறது.

குறிப்பாக, வெளிப்புற ஒளியின் திசையை மனதில் வைத்து தடுக்க வேண்டும். வெளிப்புறத்தில் பெரும்பாலும் ஓரத்தில் இருக்கும் கதாபாத்திரத்தின் மேல் சற்று உயரத்தில் ஒளிதடுப்புக்கொடி அல்லது விரவிகளை வைத்து கட்டுப்படுத்த வேண்டும். ஏனென்றால், வெளிப்புறத்தில் ஒளியானது உயர்வான நிலையிலிருந்தே வரும்.

திசையும் ஜன்னல்களும்

காலையிலிருந்து மாலை வரை நாள் முழுவதும் சூரிய ஒளியின், திசையிலும் நிறவெளிப்பாட்டிலும் மாற்றம் நிகழ்ந்து கொண்டே இருக்கும்.

இயற்கை ஒளியில் உட்புறப் படப்பிடிப்பு நடத்த வேண்டும் என்று தீர்மானித்து விட்டால் ஜன்னல் வடக்கு மற்றும் தெற்கு நோக்கி இருக்குமாறு தேர்வு செய்வது சிறப்பு. ஏனென்றால், இவ்விரு திசைகளைப் பார்த்த வண்ணம் உள்ள ஜன்னல்களின் வழியே நேரடியான சூரிய ஒளி வருவதற்கு வாய்ப்பில்லை. அதனால் பெரும்பாலும் சிறு சிறு மாறுதல்களுடன் ஓரளவு சீராக உள்ள இவ்வொளியை (ஸ்கை லைட்) பயன்படுத்தி நீண்ட நேரம் ஒளிப்பதிவு செய்யலாம்.

கிழக்கே பார்த்த வண்ணம் உள்ள ஜன்னல்கள் அல்லது கதவின் வழியே காலை நேரத்தில் சூரிய ஒளி நேரடியாகப் படுவதால் வெப்ப நிறத்தன்மையில் நல்ல கான்ட்ராஸ்ட் இருக்கும்.

மேற்கே பார்த்த ஜன்னல்களில் மாலை நேரங்களில் சூரிய ஒளி நேரடியாக வருவதை பார்க்கலாம்.

'நாயகன்' திரைப்படத்தில் நாயகி தரையில் படுத்திருக்க கதாநாயகன் கதவைத் திறக்கும் போது சூரிய ஒளி நேரடியாக உள்ளே வருவது போல் அமைத்திருப்பார் ஒளிப்பதிவாளர் பி.சி.ஸ்ரீராம்.

கிழக்கு பார்த்த வண்ணம் உள்ள ஜன்னல் அல்லது கதவுகளின் வழியே மட்டுமே இவ்வாறு சூரிய ஒளி இளங்காலை நேரங்களில் வரும்.

இதுபோன்ற காட்சி அமைப்புக்கு நேரடியான சூரிய ஒளி கிடைக்கவில்லை என்றால் ஹெச்.எம்.ஐ. விளக்கை உயரமான நிலையிலிருந்து ஜன்னல் அல்லது கதவின் வழியில் 'ஸ்ட்ரா' அல்லது சி.டிஓ. ஒளி ஜெல் வைத்து உருவாக்கலாம்.

அவ்வொளி கீற்றாக தெரிய புகை மெஷின் மூலம் புகையை செலுத்தினால் அப்படியே ஒளிக்கீற்றை பதிவு செய்யலாம்.

கிழக்கே பார்த்த வண்ணம் உள்ள இடங்களில் காலை நேரங்களில் உட்புறத்தில் படப்பிடிப்பு ஆரம்பிக்கும் பொழுது ஜன்னல் அல்லது கதவு வழியில் கொஞ்ச நேரத்திற்கு மட்டுமே ஒளி இருக்கும். சூரிய ஒளி தேவையில்லை என்றால் அதை கட்டுப்படுத்த ஜன்னலுக்கு வெளியே 10x10 அடி அளவில் பெரிய கருப்பு துணி ஸ்க்ரிம்மர் கம்பி (butterfly rod) வைத்து தடுக்கலாம். அல்லது சாட்டின் துணி (Satin cloth) மூலமாக ஒருவாறு மட்டுப்படுத்தலாம்.

டே ஃபார் நைட் (பகலில் ஓர் இரவு)

திரைப்படப் படப்பிடிப்பில் முக்கியமானது, பல சூழ்நிலைகளில் இரவில் படமாக்கப்பட வேண்டிய காட்சிகளை உட்புறத்தில் (indoor) பல்வேறு காரணங்களுக்காக பகல் நேரத்தில் படமாக்க வேண்டியிருக்கும்.

ஒளியமைப்பில் இரவுக்கும் பகலுக்கும் உள்ள அடிப்படை என்னவென்றால் பகலில் இருக்கும் ஆம்பியண்ட் (Ambient) ஒளி அதாவது சுற்றுப்புற வெளிச்சம் இரவு நேரத்தில் இருக்காது. ஆகவே ஒளியமைப்பும் சற்று காண்ட்ராஸ்ட் முறையில் செய்ய வேண்டும்.

இரவுக்கான ஒளியமைப்பை ஆரம்பிக்கும் முன், ஜன்னல், கதவு போன்ற வழிகளிலிருந்து வரும் ஆம்பியண்ட் வெளிச்சத்தை முற்றிலும் அகற்ற வேண்டும். அதன் பிறகு ஜன்னலில் கருப்பு துணி (black cloth) வைத்து வெளிப்புற ஒளி உள்ளே வராதவாறு செய்ய வேண்டும்.

பிறகு, காட்சிக்கு ஏற்றவாறு ஒளிவிளக்குகளைக் கொண்டு ஒளியமைப்பை ஆரம்பிக்க வேண்டும்.

ஜன்னல் மற்றும் கதவுகளின் வெளிப்புறத்தில் கருப்பு துணி வைத்து அடைத்து விடும் போது அக்கருப்பு துணி காட்சியில் தெரியாமல் இருக்க திரைச்சீலைகளைப் பயன்படுத்த வேண்டியிருக்கும். அது சில சமயங்களில் செயற்கையாக அமைந்து விடவும் வாய்ப்புண்டு.

காட்சியின் படி அல்லது அழகியல் காரணங்களுக்காக ஒரு பக்க ஜன்னலில் திரைச்சீலையில்லாமல் படமாக்க வேண்டியிருந்தால், பகல் வெளிச்சத்தை ஜன்னல் மூலமாக இரவு நேரமாக காண்பிக்க, ஜன்னலில் சி.டி.பி.என்.டி (CTBND) ஃபில்டர் ஜெல் ஒட்டினால் ஜன்னல் நீல நிறமாகவும் என்.டி. ஃபில்டர் வெளிப்புற ஒளியின் அடர்த்தியை குறைத்து கிட்டத்தட்ட இரவு போல் காட்சியளிக்கும்.

ஜன்னல் வழி ஒளி (இரவு)

இரவில் ஜன்னல் வழி ஒளி என்பது நிலா வெளிச்சம் அல்லது தெரு விளக்கின் ஒளிக்கீற்று தான்.

இரண்டின் ஒளிப்பண்பும் கடினமான (hard light) தன்மையுடன் இருப்பதுதான்.

காமிராவில் வொயிட் பாலன்ஸ் (white balance) அதாவது, நிற வெப்பத்தை 3200 டிகிரி கெல்வின் இருந்தால் ஜன்னலுக்கு வெளியே இருந்து ஹெச்.எம்.ஐ. அல்லது பகல் நிற வெப்பம் (5500°K) உள்ள ஒளியை பாய்ச்சினால் அது உட்புறத்தில் நீல நிற ஒளியாக காட்சியளிக்கும்.

அவ்வொளியை ஜன்னலுக்கு வெளியே உயரமான நிலையிலிருந்து செலுத்த வேண்டும்.

ஜன்னல் கம்பிகளின் வடிவம் சுவற்றில் உருவாகும்படி அமைத்தால் சிறப்பாக இருக்கும்.

தெரு விளக்கின் ஒளி நிறத்தை பெற பிரத்யேகமான ஒளி ஜெல்கள் உள்ளன.

பொதுவாக, சோடியம் தெரு விளக்கின் நிறமானது மஞ்சள் ஆகும். டங்ஸ்டன் ஒளிவிளக்கு பயன்படுத்தினால் தெரு விளக்கின் மஞ்சள் நிறத்தை பெற ஃபில்டர் எண் 651 பயன்படுத்தலாம்.

ஹெச்.எம்.ஐ. விளக்குகள் என்றால் மஸ்டர்ட் மஞ்சள் (mustard yellow) ஃபில்டர் பயன்படுத்தலாம்.

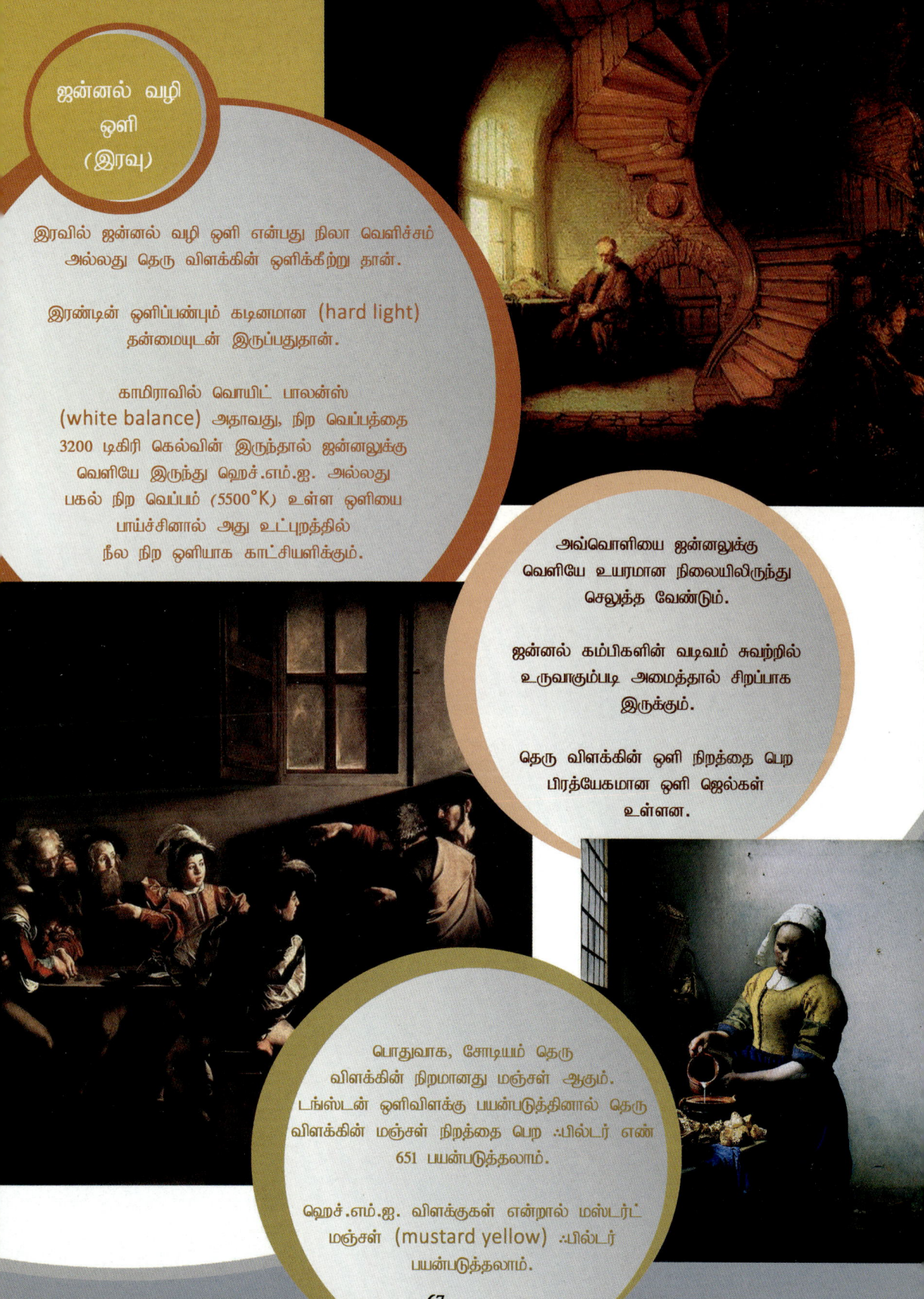

8 திசைக்கோணம் – வெளிப்புற ஒளியமைப்பு
Phase Angle

திசைக்கோணம் – வெளிப்புற ஒளியமைப்பு
(Phase Angle)

வெளிப்புறப் படப்பிடிப்பின்போது ஒளியின் திசை மற்றும் கோணமும்தான் முக்கிய கூறுகளாகும். அதன் வெளிப்பாடு தான் ஒளி மற்றும் நிழல் பகுதிகளாகும்.

ஒளி மற்றும் நிழலின் அமைப்புதான் படமாக்கும் காட்சிக்கு வடிவமும் நயமும் பெற உதவுகிறது.

சூரிய ஒளியின் திசை மட்டுமல்லாமல் அது எவ்வாறு காமிரா மற்றும் ஃபிரேமில் உள்ள சப்ஜெக்டிற்கு எந்த கோணத்தில் வடிவம் பெறுகிறது என்பதைப் பொறுத்துத்தான் விஷுவல்ஸ் சிறப்பாக அமைய வாய்ப்புண்டு.

திசைக்கோணம்
(Phase angle)

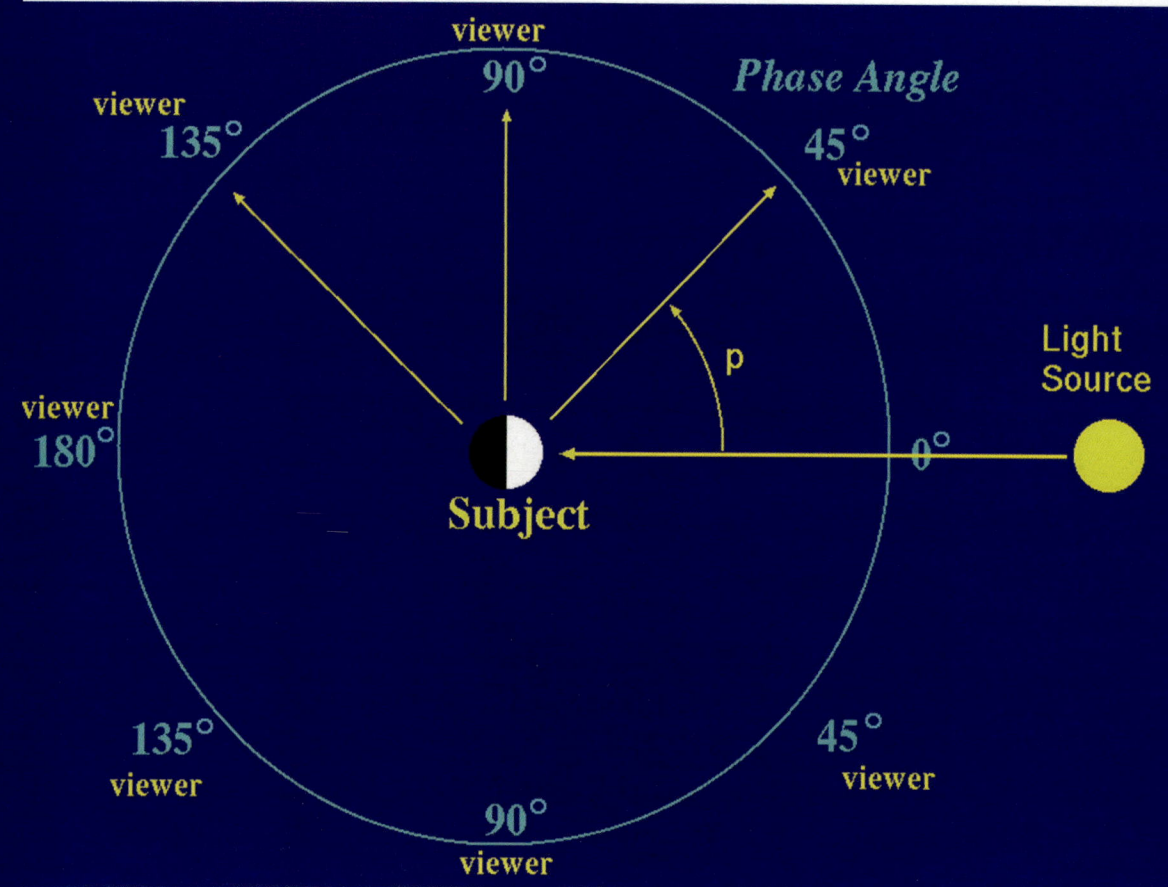

ஒளியின் கோணம் காமிராவிலிருந்து பதிவு செய்யும் சப்ஜெக்டிற்கு.

- பூஜ்யம் டிகிரி (zero degree) – நேரடி ஒளி நிழல் இல்லாமல் (front lighting)
- 45 டிகிரி – நேரடி ஒளி கொஞ்சம் நிழலுடன் (front lighting with small shadows)
- 90 டிகிரி – பக்கவாட்டு ஒளி (side lighting)
- 135 டிகிரி – பக்கவாட்டு பின்னொளி (side back lighting)
- 180 டிகிரி – பின்னொளி (back lighting)

நேரடி ஒளி
(Front lighting)

காமிராவிற்கு பின்னே இருந்து நேர் கோட்டில் ஏற்படுத்தும் வெளிச்சத்தின் திசைக்கோணம் குறைவாக இருக்கும். அதனால் எந்த நிழல் அமைப்பும் இல்லாமல் போகும்போது அந்த ஒளியமைப்பு பார்வையாளர்களுக்கு ஈர்ப்பு ஏற்படுத்தாது.

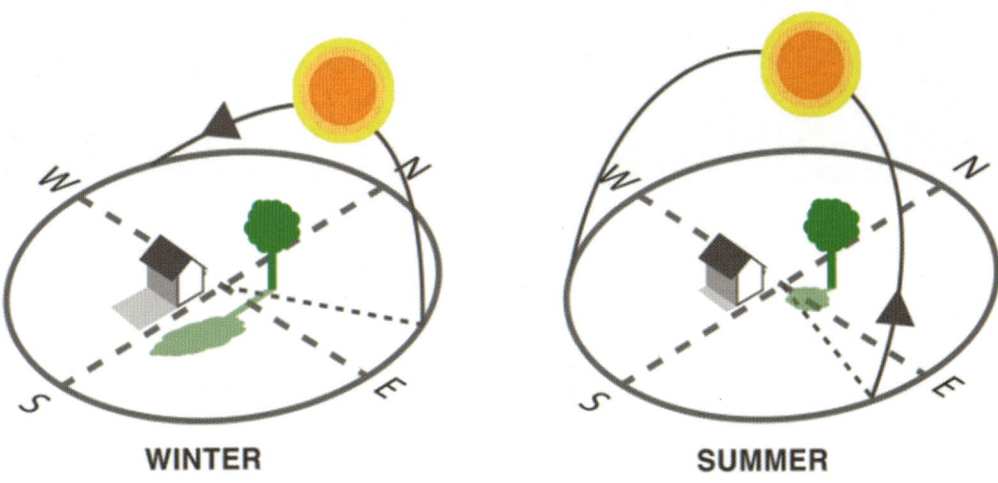

பக்கவாட்டு ஒளி
(side lighting)

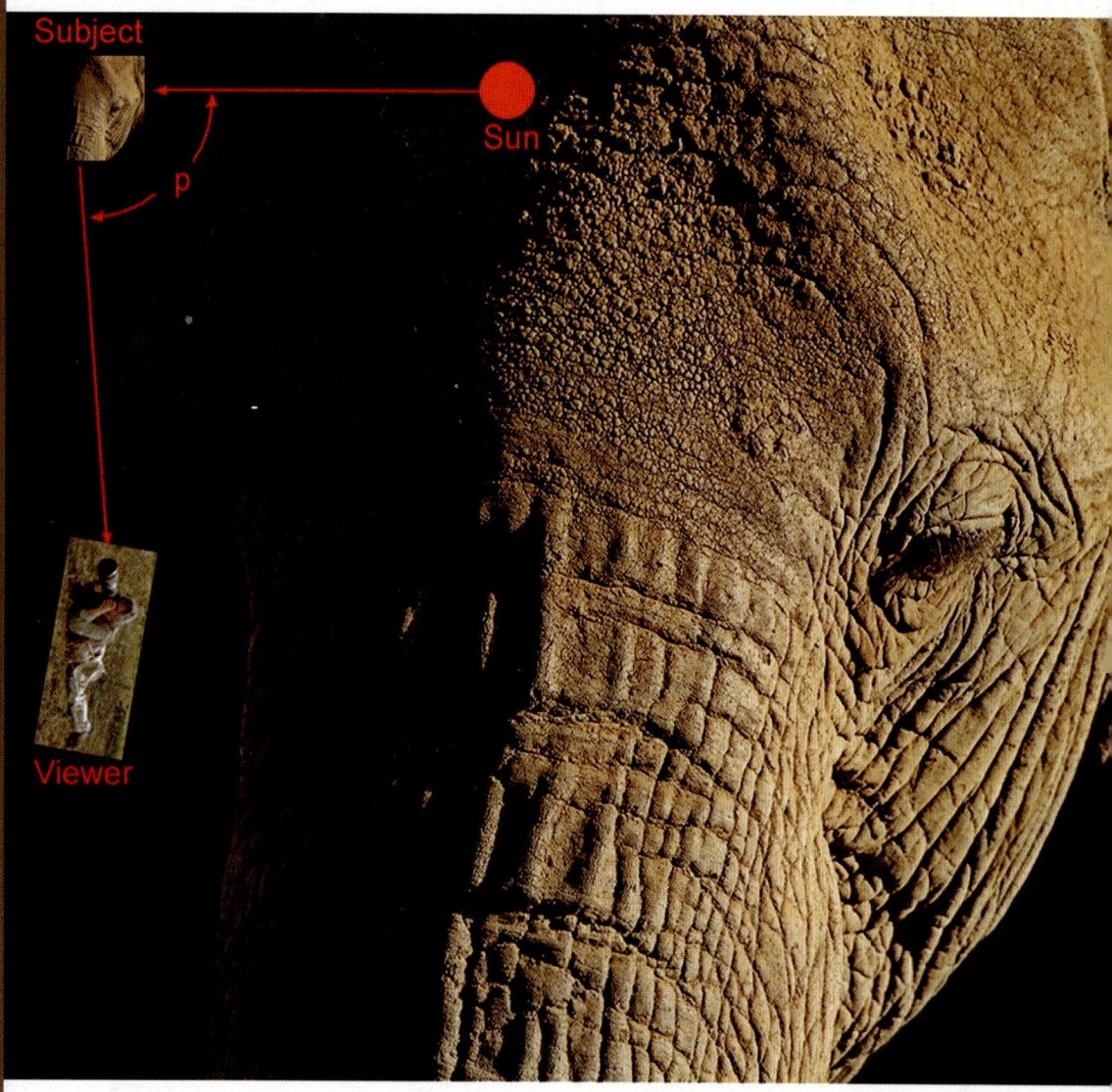

ஒளியின் திசைக்கோணம் ஏறத்தாழ 90 டிகிரியில் இருப்பதால் படமாக்கப்படும் கூறுகளில் சரி பாதி ஒளியும் நிழலும் இருக்கும்.

கட்டடங்கள், சிற்பங்கள் போன்றவற்றிற்கு இத்திசைக்கோணத்தில் ஒளி மற்றும் நிழல் மூலம் ஒளியமைத்தால் அக்கட்டடம் மற்றும் சிற்பங்களில் உள்ள வேலைப்பாடு மேம்பட்டுத் தெரியும்.

பாலைவனத்தின் மணல் மேடுகளை அழகுற படமாக்க பக்கவாட்டு ஒளியும் அதன் 90 டிகிரி திசைக்கோணமும் உதவும்.

பின்னொளி
(Back Lighting)

A) 5:55 am
~110° phase, hazy
B) 7:30 am
~90° phase, sunny
C) 10:40 am
~80° phase, sunny
D) 1:25 pm
~90° phase, cloudy
E) 7:40 pm
~80° phase, cloudy
F) 7:50 pm
~80° phase, hazy

180 டிகிரி திசைக்கோணம் கொண்ட அமைப்பால் ஒளியானது நேரடியாக காமிராவைப் பார்த்த வண்ணம் இருக்கும். இதனால் படமாக்கப்படும் இடம் மற்றும் கூறுகள் சில்லவுட் (Silhoutte) ஆகவும் பின்னொளி அருமையான ஒளி வடிவத்தையும் அமைத்துக் கொடுக்கும்.

பரந்து விரிந்து இருக்கும் நிலப்பரப்பில் சூரிய ஒளி எங்கும் பரவியிருக்கும்போது ஒரு குறிப்பிட்ட திசைக்கோணத்தில் மட்டுமே படமாக்கும்போது நல்ல ஒளியமைப்பும், நிறச்செறிவும் (color saturation) அடைய முடியும்.

ஒளியின் திசைக்கோணம் குறைவாக இருக்கும்போது பளீரென்ற ஒளியமமைப்பைப் பெறலாம். ஆனால் நிறச்செறிவு குறைவாகவே இருக்கும்.

மதிய நேரத்து வானில் சூரியன் உயரமாக நகரும்போது ஒளி சற்று கடுமையாகி விடுகிறது

ஒளியின் திசைக்கோணம் 30 டிகிரி–யிலிருந்து 70 டிகிரி வரை படமாக்கப்படும்போது நிறச்செறிவு சிறப்பாக இருக்கும்.

காண்ட்ராஸ்ட் (contrast) மற்றும் நிறச்செறிவு ஒளியின் திசைக்கோணம் கூடும்போது அதிகமாகிறது.

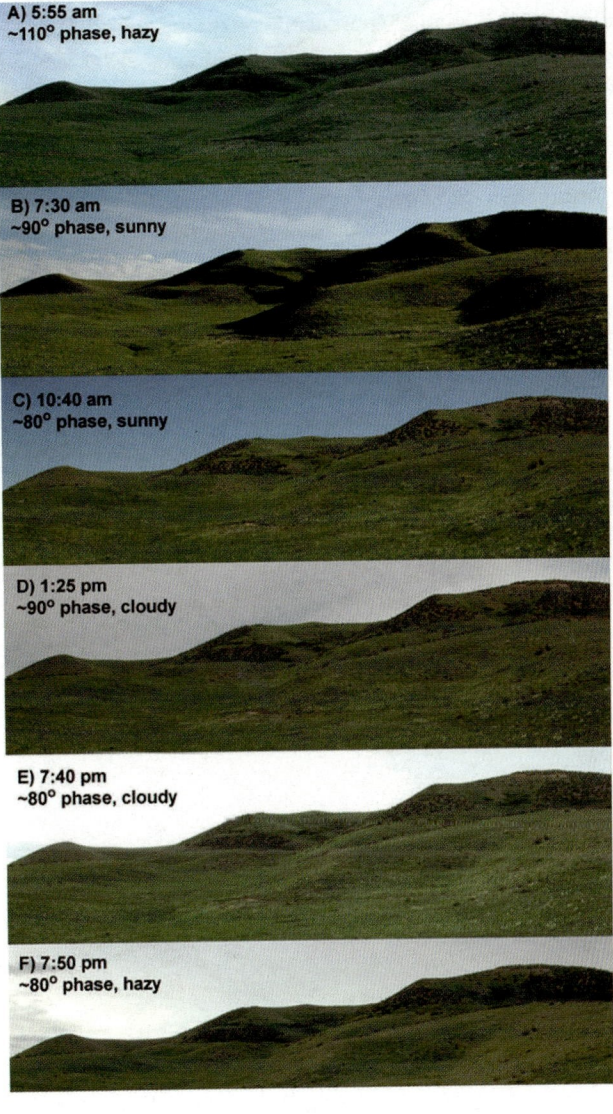

அதனால், வெளிப்பரப்பில் ஒளியின் திசையோடு சேர்ந்து காமிரா கோணத்தை சற்று மாற்றி அமைக்கும்போது நல்ல பலனை எதிர்பார்க்கலாம்.

நிழல் பகுதியைக் கையாள்வதில் மிகவும் கவனமாக இருக்க வேண்டும். அதில் முக்கியமானது, காமிராவில் சரியான எக்ஸ்போசரை பயன்படுத்த வேண்டும். அந்த காமிராவின் ஒளி அகலாங்கு (Exposue latitude) திறனை மனதில் வைத்து ஃபில் லைட்டின் அளவு போன்றவற்றை முடிவு செய்யலாம்.

73

சூரியனின் ஒளிப்பாதை ஒவ்வொரு சீதோஷ்ண காலங்களிலும் மாறுபட்டே இருக்கும்.

பனிக்காலத்தில் சூரியனின் கோணம் அடிவானத்தில் சிறியதாக இருக்கும். அதேபோல, சூரியனின் ஒளிக்கோணம் நடு உச்சி உயரத்திற்கு செல்லாது. நாள் முழுவதும் சிறப்பான ஒளியும் அந்தி நேரத்தில் வர்ண ஜாலத்தையும் எதிர்பார்க்கலாம்.

கோடை காலத்தில் சூரியனின் பாதை வானத்தில் உயரமான நிலையில் இருப்பதால் ஒளி சற்று கடுமையாகவே இருக்கும்.

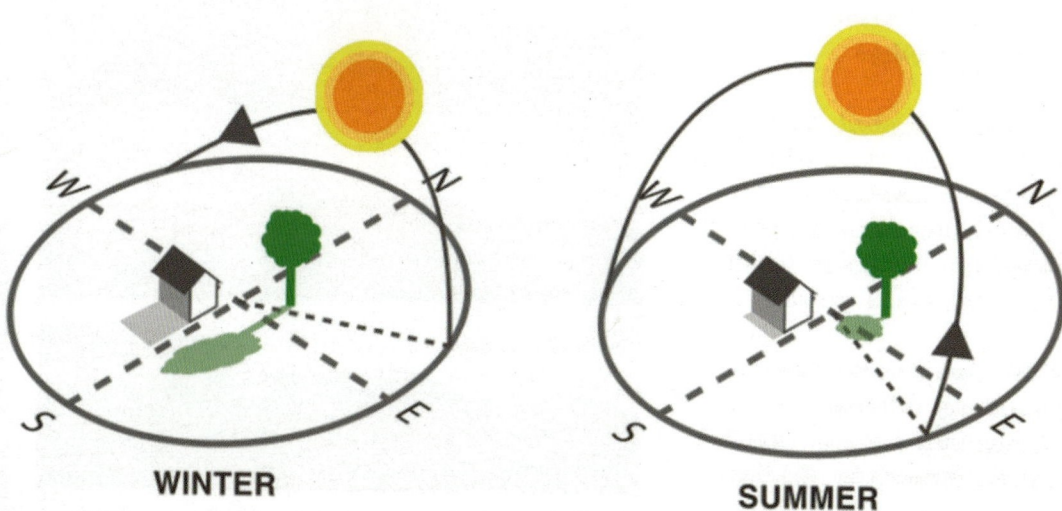

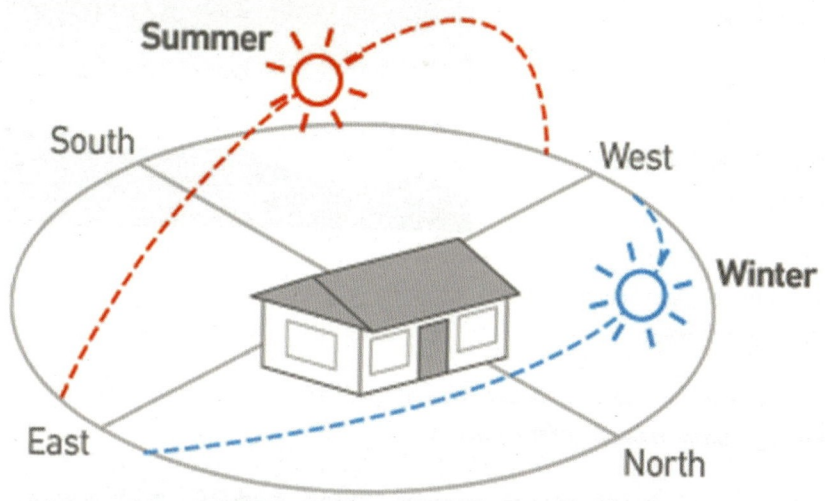

SUMMMER vs WINTER SUN

9

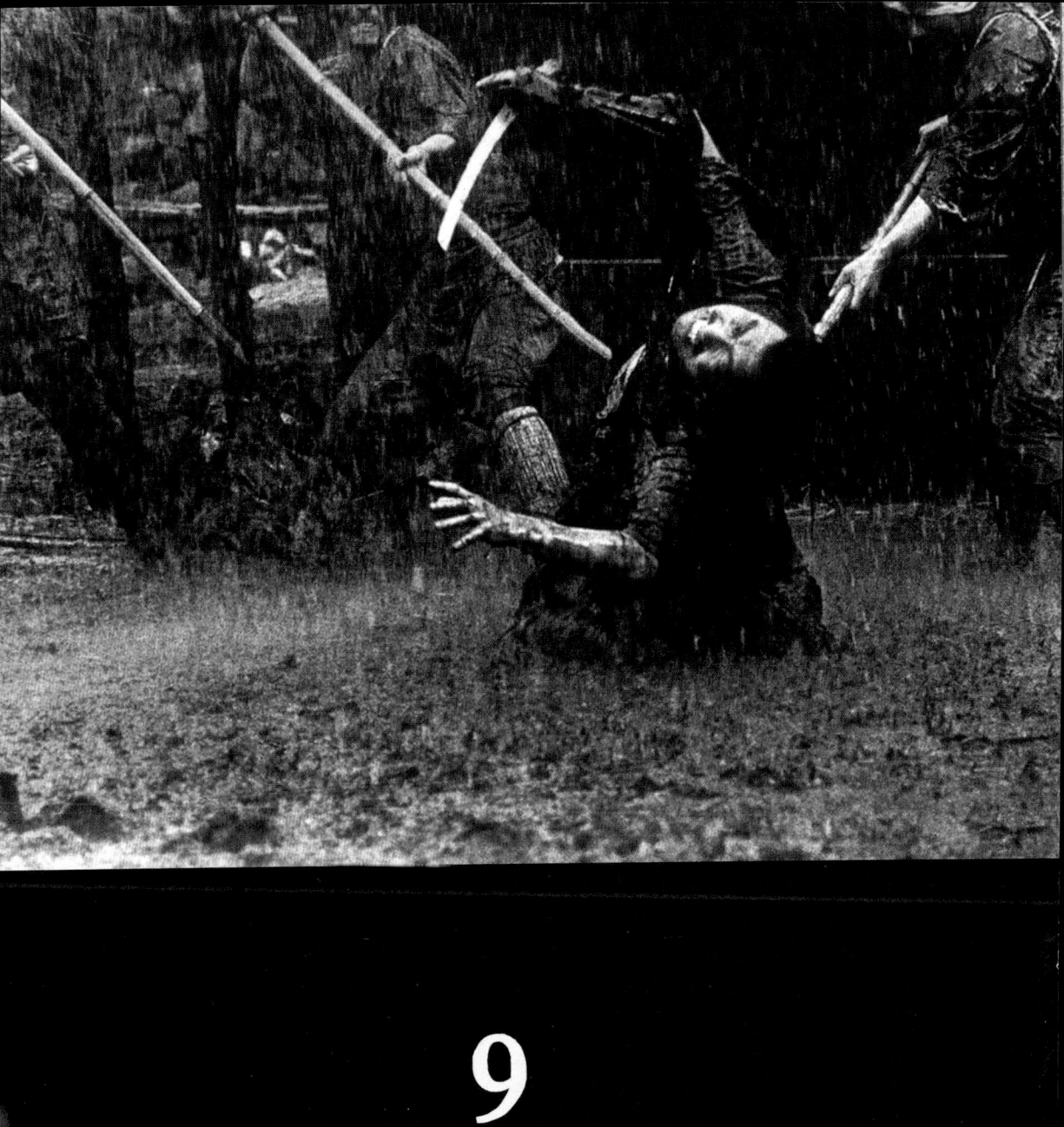

மழைக்காட்சிக்கான ஒளியமைப்பு
(Lighting for Rain Effect)

மழைக்காட்சியை திரைப்படப் படப்பிடிப்பிற்காக உருவாக்கும்போது, ஒளிப்பதிவாளர் பல்வேறு கூறுகளை கவனத்தில் கொண்டு செயல்பட வேண்டும்.

அதில் முதன்மையானது காமிரா மற்றும் ஒளிவிளக்குகள் மீது மழை நீர் படாதவாறான இடத்தில் வைக்க வேண்டும். அல்லது, காமிராவுக்கும் ஒளி விளக்குகளுக்கும் சரியான மழை நீர் பாதுகாப்பு உறைகள் இருக்கிறதா என்று சரி பார்த்த பின்னரே வேலையைத் துவங்க வேண்டும்.

பகலில் மழைக்காட்சி

பகலில் மழைக்காட்சியை உருவாக்கும்போது கவனத்தில் கொள்ள வேண்டிய பிரதானமான விஷயம், பிரகாசமான சூரிய ஒளியில் படமாக்குவதைத் தவிர்க்க வேண்டும்.

மழைத்துளிகள் ஃபிரேமில் தெரியவேண்டும் என்றால் ஒளியமைப்பில் பின்னொளி (back lighting) முறையைக் கையாள வேண்டும். மேலும் ஒளியின் தன்மை சற்று கடினமாக அதாவது டைரக்ட் லைட்டாக (direct light) இருப்பது நல்லது. மழைக்காட்சிகளுக்கு பின்னொளி மென்மையாக இருக்கக்கூடாது.

ஃபிரேமில் மழைத்துளிகளை நன்றாக பதிவு செய்ய சற்று இருண்ட பின்னணியை (dark background) தேர்வு செய்தால் நன்றாக இருக்கும். பளீரென்று இருக்கும் திறந்தவெளியை பின்னணியாக தேர்வு செய்தால் என்னதான் பின்னொளி அமைத்தாலும் ஃபிரேமில் மழைத்துளிகள் வெளிரி, துடைக்கப்பட்டது போல் (washed out) பதிவாகும்.

மழைக்காட்சி சரியாக அமைய ஒளியமைப்பு எவ்வளவு முக்கியமோ அவ்வளவு முக்கியம் மழைதூவும் இயந்திரத்திலிருந்து வரும் குழாய்கள் காட்சியில் தெரியாதவாறு சரியான இடத்தில் நிலைகொள்ள வைக்க வேண்டும்.

வைட் ஷாட்டில் மழைக்காட்சியை உருவாக்க ஃபிரேமின் வெளியே இரு புறத்திலும் மழைநீர் குழாய்களை வைக்க வேண்டும். ஃபிரேமை மூன்று பகுதிகளாகப் பிரித்து, அதாவது மையப்பகுதி, முன் பகுதி மற்றும் பின் பகுதி என்று பிரித்து நீர் பாய்ச்ச வேண்டும்.

மழை நீர் சீராகப் பாய வேண்டும். ஃபிரேமில் இடைவெளி இல்லாமல் நீர் தூவப்பட வேண்டும்.

பொதுவாக, தீயணைப்பு வண்டிகளிலிருந்து குழாய்களை ஃபிரேமுக்கு ஏற்றவாறு வைத்து (position) வானத்தை நோக்கி வலிமையாக நீரை பாய்ச்சும்போது நீர் மேலே சென்று அப்படியே கீழே இறங்குவது மழைத்துளிகள் போல காட்சியளிக்கும்.

மழைக்காட்சிக்கென பிரத்யேகமான மழை இயந்திரங்களும் உள்ளன. அவற்றைக் கொண்டு ஷவர் பைப் மூலமாக உயரத்திலிருந்து நேரடியாக நீரைப் பாய்ச்சுவார்கள்.

இரவு நேர மழைக்காட்சி

இரவு நேர மழைக்காட்சியைப் படமாக்கும்போதுதான் மிகுந்த கவனத்துடன் செயல்பட வேண்டும். பொதுவாக, இருண்டு இருப்பதால் பின்னொளி அமைப்பதன் மூலம் மழைத்துளிகளை நன்றாகவே பதிவு செய்ய முடியும். ஆனால், விளக்குகளையும் மழைக்குழாய்களையும் சரியான இடைவெளியில் வைக்க வேண்டும். இல்லாவிட்டால், ஃபிரேமில் மழை நீர் அடர்த்தியற்று செயற்கையாக இருக்கும்.

இரவு நேரத்தில் வெளிப்புறத்தில் மழைக்காட்சி ஒளியமைக்கும்போது ஒளிவிளக்குகளை நல்ல உயரமான நிலையிலிருந்து பின்னொளியாக பாய்ச்ச வேண்டும்.

ஒளிவிளக்குகளை உயரமான நிலையில் வைக்க கோடாக்கள் அல்லது கிரேன்கள் பயன்படுத்தப்படுகின்றன.

இரவில் எந்தப் பின்னணியில் படமாக்குகிறோமோ அதற்கு ஏற்ப ஒளி விளக்குகளில் ஒளி ஜெல் பொருத்தி படமாக்கலாம்.

தெரு விளக்கு பின்னணியில் என்றால் வெப்ப நிறம், மஞ்சள் நிற ஒளி ஜெல்களை விளக்குகளின் முன் வைத்து பயன்படுத்தி ஒளியமைக்கும்போது மழை நீர் துளிகளில் அந்நிறத்தை பிரதிபலிக்கச் செய்யலாம்.

பெரும்பாலும், மழைத்துளிகள் நீல நிறப்பின்னணியில் இரவு மழைக்காட்சி படமாக்கப்படுகின்றன.

அதற்கு ¼ சி.டி.பி. அல்லது ½ சி.டி.பி. ஒளி ஜெல்கள், டங்ஸ்டன் நிற வெப்ப ஒளிவிளக்கின் முன் பயன்படுத்தும்போது வெளிப்படும் ஒளியில் அளவான நீல நிறத்தைப் பெறலாம். அப்போது காமிராவும் 3200 டிகிரி கெல்வின் வொயிட் பாலன்ஸில் இருக்க வேண்டும்.

காமிரா 3200 டிகிரி கெல்வின் வொயிட் பாலன்ஸ் முறையில் இயக்கும்போது ஹெச்.எம்.ஐ. ஒளி விளக்குகளை பயன்படுத்தினால் அவ்வொளி நீல நிற வெளிப்பாட்டுடன் காமிராவில் பதிவாகும்.

இரவு நேர மழைக்காட்சி ஒளியமைப்புக்கு ஹெச்.எம்.ஐ. ஒளிவிளக்கின் மூலம் நீண்ட பரப்புக்கு பிரகாசமான ஒளியை செலுத்த முடியும்.

காமிரா 3200 டிகிரி கெல்வின் இருக்கும்போது பகல் நிற வெப்பம் கொண்ட ஹெச்.எம்.ஐ. விளக்குகளின் மூலம் ஒளி வெளிப்பாட்டில் நல்ல நீல நிறம் பெற முடியும். சில சமயம் ஒளிப்பதிவாளர்கள் நீல நிறத்தை குறைக்க ¼ சி.டி.ஓ. (CTO) ஒளி ஜெல்களை ஹெச்.எம்.ஐ. விளக்குகளில் பயன்படுத்துவார்கள்.

க்ளோசப்
(Close

சில சமயங்களில் மிட் (mid shot) அல்லது க்ளோசப் காட்சிகளாக மட்டுமே மழைக்காட்சிகள் படமாக்க வேண்டி இருக்கும். அப்போது, ஒளியமைப்பின் அடிப்படை பின்னொளியாக (back lighting) இருந்தாலும் படமாக்கப்பட வேண்டிய கதாபாத்திரங்களின் முகத்திற்கு காமிராவின் திசையிலிருந்தும் மென்மையாக ஒளியமைக்கலாம்.

இதற்கு மிகப்பெரிய மழ
உருவாக்கும்
இயந்திரங்களோ
தீயணைப்பு வாகனமே
தேவைப்படாது.
தோட்டச்செடிகளுக்கு
நீரூற்றப் பயன்படுத்தப்படு
பூவாளியே போதுமானத

‘துருவங்கள் 16’ திரைப்படத்தின் ஒளிப்பதிவு சமீபத்தில் பெறும் பாராட்டைப் பெற்றது. குறிப்பாக, ஒளிப்பதிவாளர் சுஜித் சாரங் ஒளியமைப்பு செய்த படத்தின் ஆரம்ப மழைக்காட்சி.

பயன்படுத்தப்பட்ட காமிரா ஆரி அலெக்ஸா எக்ஸ்.டி. (Arri Alexa XT) ஐ.எஸ்.ஓ. (ISO) – 800–1250.
லைட்டுகள்

- ஒன்பது வரிசை டினோ (9 bunch Dino lights) – 1
- பாற் விளக்குகள் 4 கிலோ வாட் (4KV PAR) – 3
- சீனியர் டங்ஸ்டன் (Senior Tungsten light) 5 கிலோ வாட் – 4
- 2 கிலோ வாட் மென் விளக்குகள் (2KV Soft box) – 3

பெரும்பாலான ஒளிவிளக்குகள் 40 அடி உயரத்திலிருந்து கிரேன் மூலம் பாய்ச்சப்பட்டுள்ளது.

10

புகைமூட்டம், மெழுகுவர்த்தி, நெருப்பு ஒளியமைப்பு
Lighting for Smoke, Candle light and Fire

புகைமூட்டம், மெழுகுவர்த்தி, நெருப்பு ஒளியமைப்பு (Lighting for Smoke, Candle light and Fire)

மழைக்காட்சிகளைப் போலவே புகையை காமிராவில் பதிவு செய்வதற்கும் பின்னொளியைப் பதிவு செய்யவேண்டும்.

மிகப்பெரிய புகைமூட்டமாகட்டும், சிறிய சாம்பிராணி, ஊதுபத்தி புகை என்றாலும், அவை ஃபிரேமில் தெரிய பின்னொளியை பயன்படுத்த வேண்டும்.

ஃபிரேமின் உள்ளே காணப்படும் ஒளி விளக்குகள் பிராக்டிக்கல் லைட் (practical light) என்று அழைக்கப்படுகிறது. சில காட்சிகளுக்கு ஃபிரேமில் உள்ள ஒளிவிளக்குகளின் வெளிச்சமே காமிராவின் எக்ஸ்போசருக்கும் போதுமானதாகவும் காட்சியின் தன்மைக்கும் (mood) பொருந்தியதாகவும் இருக்கும்.

உதாரணம்
டேபிள் விளக்கு
(Table lamp)

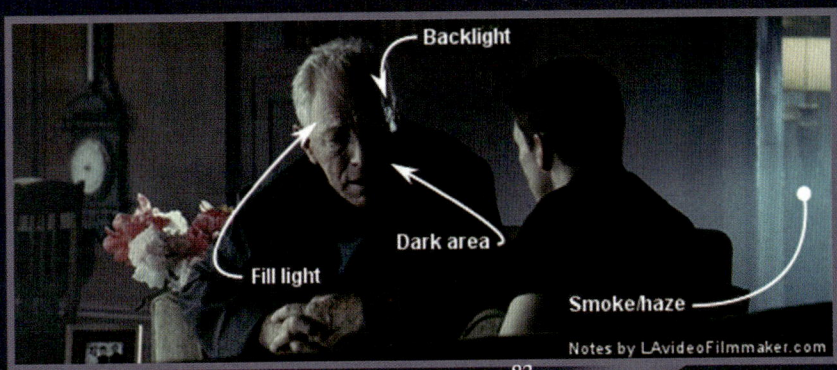

மெழுகுவர்த்தி அல்லது மண்ணெண்ணெய் விளக்கு ஃபிரேமில் இடம்பெற்று அதன் மூலம் ஒளியிருப்பது போல காட்சி அமைப்பு இருந்தால் அதன் வெளிச்சமானது காட்சியில் கதாபாத்திரங்களை பதிவு செய்வதற்கு ஏற்ற அளவு எக்ஸ்போசர் இருக்காது.

அதற்கு, ஃபிரேமிற்கு வெளியே இருந்து ஒளி விளக்குகளை வைத்து ஒரு மெழுகுவர்த்தியின் வெளிச்சத்தை உருவாக்க வேண்டும்.

மெழுகுவர்த்தி வெளிச்சம் என்பது பாயிண்ட் சோர்ஸ் (point source) ஒளியாகும். அது கடினமான ஒளியாக, நல்ல நிழல் படியும் தன்மையுடன் இருக்க வேண்டும்.

மெழுகுவர்த்தி வெளிச்சத்தை உருவாக்க ஃபிரெநெல் அமைப்புடன் கூடிய சிறிய டங்ஸ்டன் விளக்குகளான பேபி லைட்டை மெழுகுவர்த்தியின் திசையை ஒட்டியே அமைக்க வேண்டும்.

ஒளிவிளக்குகளின் கொட்டகை கதவுகள் (barn doors) மூலமாக ஒளி அதிகம் சிதறாமல் ஃபிரேமில் குறிப்பிட்ட பகுதிக்கே செல்லுமாறு பார்த்துக்கொள்ள வேண்டும். அதே போல, சி.டி.ஓ. ஒளி ஜெல்கள் பயன்படுத்தும்போது ஆரஞ்சு நிறத்தன்மையை கொடுத்து மெழுகுவர்த்தி ஒளியின் தன்மைக்கு ஒப்பாக இருக்கும்.

வெளியே இருந்து செலுத்தப்படும் ஒளியானது ஃபிரேமில் உள்ள கூறுகளுக்கு மட்டுமே செல்ல வேண்டுமே தவிர ப்ராக்டிகல் லைட்டுகளான மெழுகுவர்த்தியோ அல்லது வேறு எதுவாயினும் அவற்றின் மீது நாம் அமைக்கும் ஒளி படரக்கூடாது.

அதற்கு ஒளிவிளக்கின் முன்னால் ஒளி தடுப்புக்கொடி அல்லது கொட்டகைக் கதவுகள் மூலமாக ப்ராக்டிகல் லைட் மீது படும் ஒளியை முற்றிலும் தடுக்க வேண்டும். அப்போதுதான் ஒளியமைப்பு யதார்த்தமாக அமையும்.

அடர்ந்த நெருப்பு ஒளியை இன்றைய டிஜிட்டல் காமிராக்கள் பதிவு செய்யவல்லவைதான். ஆனால், வெளிப்புறத்தில் காற்றின் வேகத்திற்கு ஏற்றாற்போல் நெருப்பு ஏற்ற இறக்கமாக இருக்கும். அதனால், சில சமயம் நாம் எதிர்பார்க்கும் படியான ஒளி அமைய வாய்ப்பில்லாமல் ஆகிவிடும். அப்போது, ஃபிரேமுக்கு வெளியே ஒளி விளக்குகளை வைத்து நெருப்பு ஒளியின் தன்மைக்கு ஏற்றவாறு ஒளியமைக்கலாம். அதற்கு ஒளிவிளக்குகளை டிம்மர் மூலம் இயக்கி நெருப்பு போல ஏற்ற இறக்கங்களை உருவாக்கலாம். அல்லது ஏதாவது காகிதத்தை ஒளியின் பாதையில் வைத்து சீரான இடைவெளியில் லேசாக ஆட்டி சிமிட்டொளியை உருவாக்கலாம்.

ஆஸ்கர் விருது பெற்ற ஒளிப்பதிவாளர் இமானுவேல் லுபேஸ்கி ‘தி ரெவனண்ட்’ திரைப்படத்தின் பெரும்பாலான காட்சிகளை ஆரி அலெக்ஸா 65 (Arri Alexa 65) காமிராவில் இயற்கை ஒளியிலேயே படமாக்கினார். ஆனால் ஒரே ஒரு காட்சியில் இரவு நேரப் பின்னணியில் நெருப்பு மூட்டத்தின் நடுவே கதாபாத்திரம் குளிர்காயும் காட்சியையும், காட்டில் தீப்பந்தங்கள் சுற்றிலுமிருப்பதையும் இயல்பான நெருப்பொளியிலேயே படமாக்க நினைத்தார். ஆனால் காற்றின் வேகத்தால் அதனை செயல்படுத்த முடியாமல் ஒளிவிளக்குகளைக் கொண்டே அவர் ஒளியமைத்தார். டங்ஸ்டன் பல்புகளைக் கொண்டு டிம்மர் மூலம் நெருப்பொளி உருவாக்கினார்.

காலை நேரத்தில் இயல்பாகவே பனிமூட்டத்தை படமாக்க சூரிய ஒளி பின்னொளியாக இருந்தால் மட்டுமே சிறப்பாக படமாக்க முடியும்.

பனி மூட்ட பின்னணியில் படமாக்கும்போது பின்னொளி சிறப்பாக பயன்படும். அதுவும் வெப்ப ஒளி மூலம் (warm light) ஒளி அமைத்தால் பனி மூட்டத்தினிடையே ஜொலிக்கும் வெப்ப மண்டலம் போல் காட்சியளிக்கும்.

11
கண்ணாடி
Mirror

கண்ணாடி (Mirror)

ஒளிப்பதிவாளருக்கு ஒளியமைப்பில் மிகப்பெரிய சவால் என்பது கண்ணாடிகள் அதிகம் உள்ள படப்பிடிப்பு தளங்களில் செயல்படுவதாகும்.

ஒற்றை வழி கண்ணாடியைவிட (one way mirror) விட மிகவும் கவனமாக இருக்க வேண்டியது இரட்டை வழி கண்ணாடி (two way mirror) அமைப்பில்தான். ஏனென்றால், இவை பிரதிபலிக்கவும் ஊடுருவவும் செய்யும்.

ஒற்றை வழிக்கண்ணாடியில் ஆடையலங்காரக் கண்ணாடி (dressing table mirror) அல்லது குளியலறைக் கண்ணாடி (bathroom mirror) போன்ற இடங்களில் கதாபாத்திரங்களின் முகத்திற்கு ஒளிவிளக்குகளை கண்ணாடியின் மேல்புறத்திலிருந்து ஒளியமைக்கலாம். அல்லது சப்ஜெக்டின் பக்கவாட்டிலிருந்தும் ஒளியூட்டலாம். காமிராவின் நிலையிலிருந்து ஒளியமைப்பதை மட்டும் தவிர்க்க வேண்டும்.

கினோ:ப்ளோ, எல்.இ.டி. லைட் பேனல்கள் (LED light panels), சீன பந்து (china ball) ஃபோட்டோ ஃபிளட் பல்புகளைக் கொண்டு எளிதாக ஒளியமைக்கலாம்.

கண்ணாடியில் காமிரா தெரியாதவாறு இருக்க, படமாக்கும் கதாபாத்திரம் அல்லது கூறுகளுக்கு இடது அல்லது வலதுபுறம் 45 டிகிரி கோணத்தில் காமிராவை வைத்தால் அவை கண்ணாடியில் பிரதிபலிக்காது.

படமாக்கும் கதாபாத்திரங்களுக்கு காமிரா தெரிந்தால் நிச்சயம் ஃபிரேமிலும் காமிரா தென்படும். அப்படித் தெரிந்தால் காமிராவை சற்று நகர்த்தி விட வேண்டும்.

இரட்டை வழிக் கண்ணாடி வழியாக கதாபாத்திரங்களை பதிவு செய்ய வேண்டி வரும்போது,

உதாரணம்: காரின் உள்ளே கதாபாத்திரம் இருப்பது போல என்றால் அதுவும் பகல் நேரத்தில் என்றால் முதலில் வானத்திலிருந்து மேல் பிரதிபலிப்பை (top reflection) அகற்ற வேண்டும். அதற்கு கருப்புத்துணியை காரின் மேல் தளத்தில் கண்ணாடி முன்னே குடை போல வைத்து கண்ணாடியில் தென்படும் தேவையற்ற பிரதிபலிப்பை நீக்கிவிட்டால் காரின் உள்ளே உள்ள கதாபாத்திரம் தெளிவாக தென்படும். அதன்பிறகு ஒளியமைப்பை முடிவு செய்யலாம்.

சுவற்றில் உள்ள ஃபோட்டோ ஃபிரேம்களில் உள்ள கண்ணாடியிலும்கூட சில சமயங்களில் கூசொளி (glare) தென்படும். அப்போது ஃபோட்டோ கோணத்தை சற்று மாற்றினால் போதும். அதற்கு ஃபோட்டோவுக்கும் சுவற்றுக்கும் இடையே சிறு கட்டைகள் அல்லது அட்டையை சொருகி காமிரா ஃபிரேமில் க்ளேர் வராதவாறு செய்யலாம்.

இரட்டை வழிக் கண்ணாடி வழியாக காட்சிகளைப் பதிவு செய்யும்போது ஒருபக்கம் குறைந்த ஒளியும் மறுபக்கம் அதிக ஒளியும் இருக்க வேண்டும். குறிப்பாக, காமிரா இருக்கும் பகுதியும் அதன் பின்புறமும் ஒளியில்லாமல் இருந்தால் கண்ணாடியில் காமிரா பிரதிபலிக்காது.

இரட்டை வழிக்கண்ணாடியில் பிரதிபலிக்கும் படிமங்கள் அனைத்தையும் ஒளிதடுப்புக்கொடி அல்லது காமிராவில் போலரைசர் மூலம் அகற்றி விடவேண்டும் என்பது விதி அல்ல. சில சமயம் கண்ணாடியில் தெரியும் அழகான வானம், மேகக் கூட்டங்கள் இருப்பது காட்சிக்கு அழகூட்டும். ஆனால் இந்த பிரதிபலிப்பை வைத்துக்கொள்வதா அல்லது நீக்குவதா என்பது அந்த ஒளிப்பதிவாளரின் படைப்பு சுதந்திரம் மற்றும் ரசனையைப் பொருத்ததே.

கண்ணாடி ஒளியமைப்பு
(Mirror reflected light)

வெளிப்புறப் படப்பிடிப்பில் சில்வர் ரி:ப்ளெக்டர்கள் (Silver reflectors) போல கண்ணாடி ரி:ப்ளெக்டர்கள் ஒளியமைக்க பயன்படும்.

சூரிய ஒளியை திடமாகவும் (strong) குவிமையப்படுத்தவும் (spot) கண்ணாடி ரி:ப்ளெக்டர்கள் பிரதானமாக உபயோகிக்கப்படுகிறது.

கண்ணாடி மூலம் பிரதிபலிக்கும் ஒளியானது திடமாக இருக்கும். அவற்றை பின்னொளியாக பயன்படுத்தும்போது படமாக்கும் கூறுகளுக்கு நல்ல ஒளிக்கோடு உருவாகும்.

கண்ணாடி மூலம் பிரதான ஒளியாக பயன்படுத்த வேண்டும் என்றால், கண்ணாடி மூலம் ஒளியை வாங்கி அதை வேண்டிய இடத்தில் செலுத்திவிட்டு பிறகு விரவிகள் மூலமாக ஒளியின் பாதையில் வைத்து மென்மையாக படரச் செய்யலாம்.

கண்ணாடியில் ஒளி ஊடுருவும் நிறக்காகிதங்களை ஒட்டிவிட்டால் பிரதிபலிக்கும் அவ்வொளி அந்த காகிதத்தின் நிறத்துடனும் காணப்படும்.

12

க்ரீன் மேட்டுக்கான ஒளியமைப்பு
Green Matte Lighting

க்ரீன் மேட்டுக்கான ஒளியமைப்பு
(Green Matte Lighting)

நவீன கால திரைப்படங்களில் விஷுவல் எஃபெக்ட்ஸ் அதிகமாக இடம்பெறும் படங்களின் எண்ணிக்கை கூடிக்கொண்டே வருகிறது.

விஷுவல் எஃபெக்ட்ஸ் கொண்ட திரைப்படங்களில், காட்சிகளை பச்சை அல்லது நீல நிறப் பின்னணியில் ஸ்டுடியோவில் படமாக்கப்பட்டு பிறகு கிராஃபிக்ஸ் தொழில்நுட்ப உதவியுடன் அப்பின்னணியை நீக்கிவிடுவார்கள். பிறகு, கிராஃபிக்ஸ் மூலம் உருவாக்கப்பட்ட காட்சியையோ அல்லது அந்தக் காட்சிக்கு ஏற்ற பின்னணியையோ படமாக்கி ஃபிரேமில் சேர்ப்பார்கள்.

சில ஆண்டுகளுக்கு முன்னர் இயக்குநர் ஆங் லீ (Ang Lee) இயக்கத்தில் வெளியான 'லைஃப் ஆஃப் பை' (Life of Pi) திரைப்படத்தில் இடம்பெற்ற பெரும்பாலான, அதாவது 90 சதவிகிதக் காட்சிகளை பச்சை மற்றும் நீல நிறப் பின்னணியில் படமாக்கினார் ஒளிப்பதிவாளர் கிலாடியோ மிராண்டா (Claudio Miranda).

ஒரு ஒளிப்பதிவாளர் ஒளியமைக்கத் துவங்கும் முன் க்ரீன் மேட் என்று அழைக்கப்படும் அந்த பச்சை நிறத்துணியானது எந்தவித சுருக்கமுமின்றி இருக்கிறதா என்று கவனிக்க வேண்டும். சில சமயங்களில், சுவற்றிலேயே பச்சை நிற சுவர்ப்பூச்சு (Paint) பூசியிருப்பார்கள். அப்படிப்பட்ட இடங்களில் அந்த சுவற்றையே க்ரீன் மேட்டாகக் கொள்ளலாம். ஆனால், அந்த சுவர் பிரதிபலிக்கவோ (reflect), மின்னவோ (shine) கூடாது. பச்சை வண்ணம் சீராக பூசப்பட்டிருக்க வேண்டும்.

ஒளியமைப்பை இரண்டு பகுதிகளாகப் பிரித்துக்கொள்ள வேண்டும். ஒன்று, பின்னணி, அதாவது க்ரீன் மேட்டிற்கான ஒளியமைப்பு. மற்றொன்று, படமாக்கும் கதாபாத்திரங்களுக்கான ஒளியமைப்பு.

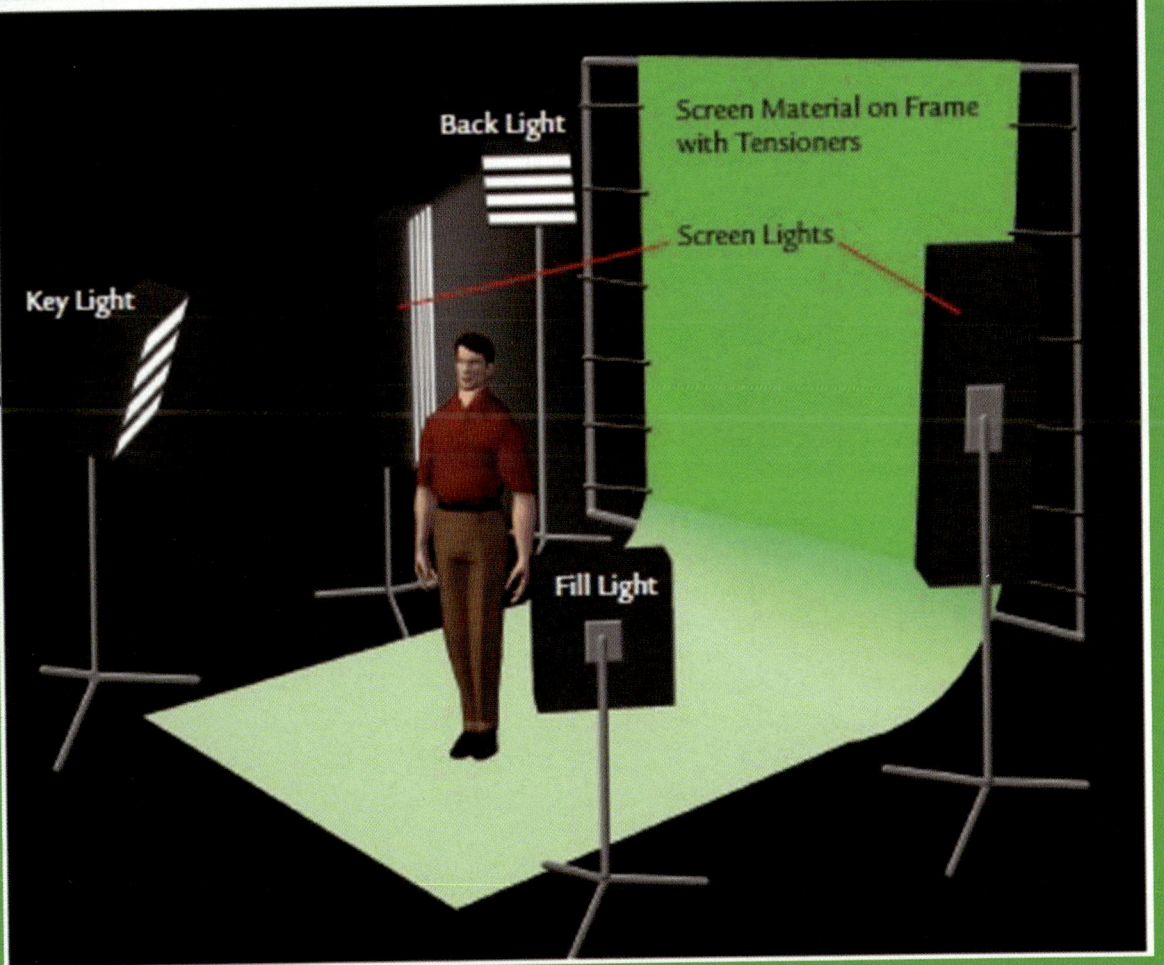

க்ரீன் மேட்டிற்கு அமைக்கும் ஒளியானது மென்மையாகவும், சீராகவும் நிழல் படியாமலும் இருக்க வேண்டும். க்ரீன் மேட்டுக்கு அமைக்கப்படும் ஒளி அந்த காட்சிக்கானது அல்ல. மாறாக, கிரா::பிக்ஸில்/எடிட்டில் அந்த க்ரீன் மேட்டை நீக்கிவிட்டு தேவையான பின்னணியை இணைப்பதற்கானதே ஆகும். நிழல் படியாமல் சீராக இருந்தால் மட்டுமே கிரா::பிக்ஸில் நீக்க முடியும்.

க்ரீன் மேட்டின் முன் பகுதியிலிருக்கும் கதாபாத்திரங்களுக்கு ஒளிப்பதிவாளர் எந்தப் பின்னணியை இணைக்கப்போகிறாரோ அதற்கேற்றவாறு ஒளியமைக்க வேண்டும்.

உதாரணம்: க்ரீன் மேட்டுக்கு முன்னால் இருக்கும் கதாபாத்திரத்தை மதிய நேரத்தில் இருக்கும் வீதியின் பின்னணியில் இணைப்பது போல் படமாக்குவதாக இருந்தால், மதிய நேரத்து ஒளியமைப்பான டாப் லைட்டை கதாபாத்திரத்தின் மேல் படும்படியாக ஸ்டுடியோவுக்குள் உருவாக்க வேண்டும்.

க்ரீன் மேட்டுக்கும் அதன் முன்னால் இருக்கும் கதாபாத்திரத்துக்கும் குறைந்தது 6 அடி இடைவெளியாவது இருக்க வேண்டும். அது மட்டுமல்லாமல், அந்தப் பச்சை நிறப்பின்னணியின் ஒளி இக்கதாபாத்திரத்தின் அல்லது கூறுகளின் மீது படக்கூடாது.

அப்படிப் பட்டால் அந்தப் பச்சை நிறப்பின்னணியை நீக்கும்போது கதாபாத்திரத்தின் மீது பட்ட ஒளியும் சேர்ந்தே நீங்கிவிடும்.

ஒருவேளை, மிகக் குறுகிய ஸ்டுடியோக்களில், இடைவெளி குறைவாக இருக்கும் இடங்களில் படமாக்க வேண்டியிருந்தால் முன்பகுதியில் உள்ளவற்றுக்கு திடமான பின்னொளி அமைக்கலாம். அல்லது, அவ்வொளியில் மைனஸ் க்ரீன் ஒளி ஜெல்லை பயன்படுத்தலாம்.

பொதுவாக, க்ரீன் மேட்டிற்கு என்ன நிறவெப்பத்தில் ஒளியமைக்கப் படுகிறதோ, அதே நிறவெப்பத்தில் காமிராவை இயக்க வேண்டும்.

பச்சை அல்லது நீல நிறப்பின்னணிக்கு எந்த விதமான ஒளிவிளக்குகளையும் பயன்படுத்தலாம். முக்கியமாக, அவற்றில் நிழல் மட்டும் படியக்கூடாது. ஆனாலும், கினோ:ப்ளோ, ஸ்பேஸ் லைட், எல்.இ.டி. லைட் பேனல்கள் மற்றும் சிறிய பலூன் லைட்டுகள் பயன்படுத்துவதற்கு ஏதுவானவையாக இருக்கும். பயன்படுத்தும் ஒளிவிளக்குகளின் தரம் சி.ஆர்.ஐ. எண் 95க்கு மேல் இருப்பதுதான் சரியானது.

க்ரீன் மேட்டில் படமாக்கும்போது கவனத்தில் கொள்ள வேண்டிய மேலும் ஒரு முக்கியமான விஷயம், கதாபாத்திரம் அணிந்திருக்கும் ஆடையோ அல்லது வேறு ஏதாவது பொருளோ பச்சை நிறத்தில் இருக்கிறதா என்று கவனமாக பார்க்க வேண்டியது அவசியம். அப்படி இருந்தால் க்ரீன் மேட்டை நீக்கும்போது இந்தப் பச்சை நிறமும் நீங்கிவிடும். கட்டாயமாக பச்சை நிற உடையோ அல்லது பொருட்களோ உபயோகிக்க வேண்டியிருந்தால், அந்தக் காட்சியை நீல நிறப்பின்னணியில் படமாக்கலாம்.

பொதுவாக, சீராக ஒளியமைக்க வேண்டி பளீரென்று மிகுதியான வெளிச்சத்தை க்ரீன் மேட்டிற்கு பாய்ச்ச வேண்டிய அவசியமில்லை. முன்பகுதிக்கான ஒளியளவை விட சற்று (half to one stop lesser) குறைவாகவே க்ரீன் மேட்டிற்கு ஒளி அமைக்க வேண்டும்.

13 இரவுநேர வெளிப்புற ஒளிப்பதிவு
Night exterior lighting

12 விளக்குகளைக் கொண்ட இரண்டு டினோ லைட்டுகளை பின்னொளியாகவும், முன்பகுதிக்கு (face light) இயந்திர கிரேன்களில் சன் கன் (sun gun) ஒளிவிளக்குகளை மென்பெட்டகத்தில் (soft box) வைத்தும் தனது கெத்து திரைப்படத்தில் ஒளிப்பதிவாளர் சுகுமார் வெளிப்புற ஒளியமைப்பு செய்துள்ள காட்சி.

இரவுநேர வெளிப்புற ஒளிப்பதிவு
(Night exterior lighting)

இருளும் ஒளியும் சேர்ந்தே இருப்பதுதான், இரவு நேர ஒளியின் அடிப்படை.

பகலில் பரவலாக சூரிய ஒளியின் வெளிச்சமும் வானத்திலிருந்து (skylight) வரும் வெளிச்சமும்தான் அடிப்படை.

அதுபோல இரவில் நிலா வெளிச்சம் மற்றும் தெரு விளக்குகள், வாகனங்களிலிருந்து வெளிப்படும் ஒளி என பட்டியலிடலாம்.

ஒளியமைப்பை நிர்மாணிக்கும் முன், லென்ஸ் ஸ்பீட், காமிராவின் ஒளி உணர்திறன் (ISO sensitivity) ஆகியவற்றை மிக முக்கிய அங்கமாக ஒளிப்பதிவு இயக்குநர் கருத வேண்டும்.

இன்றைய டிஜிட்டல் காமிராக்களில் உள்ள சென்சார் நல்ல ஒளி உணர்திறன் வாய்ந்தவையாக தயாரிக்கப்படுகின்றன. அவை குறைந்த ஒளியில் படமாக்குவதற்கு மிகவும் பயன்படும்.

இரவுநேர வெளிப்புற ஒளிப்பதிவு

இரவில் வெளிப்புற அமைப்பில் நீண்ட பரப்புக்கு (wide shot) ஒளியமைக்கும்போது பல்வேறு ஒளிவிளக்குகள் பயன்படுத்த வேண்டியிருக்கும். அதிக ஒளி விளக்குகளிலிருந்து ஒரே இடத்திற்கு பிரகாசமான வெளிச்சத்தை பாய்ச்சுவதைவிட, ஃபிரேமில் உள்ள பல்வேறு கூறுகளுக்கு ஒளியூட்டுவதற்கே என்பதைப் புரிந்து கொள்ள வேண்டும்.

முதலில், ஃபிரேமுக்கு வெளியே இருந்து பின்னொளியை சரியாக அமைக்க ஆரம்பிக்க வேண்டும். அவ்வொளியானது உயரத்திலிருந்து வந்தால் மிகச்சரியாக இருக்கும்.

காட்சியின் தன்மையை நன்றாகப் புரிந்துகொண்டு பின்புகுதிக்கு (Background) ஒளியமைக்க வேண்டும். சில சமயம் முற்றிலுமாக பின்புகுதிக்கு ஒளியமைக்கத் தேவையில்லை.

ஃபிரேமின் முன்புகுதியில் உள்ள கதாபாத்திரங்களுக்கோ அல்லது முக்கியக் கூறுகளுக்கோ பின்புகுதியைவிட சற்று அதிகமாக ஒளியூட்ட வேண்டும்.

இரவு ஒளியின் தன்மை பெரும்பாலும் திடமாகவே (hard light) இருக்கும். ஏனென்றால், தெரு விளக்குகள், நிலவொளி, வாகனத்தின் முன் விளக்குகள் ஆகியவற்றில் இருந்து வெளிப்படும் ஒளியானது காண்ட்ராஸ்டாக நிழல் படியும் விதமாகவே அமையும்.

நிலா வெளிச்சத்தின் அடிப்படையிலா அல்லது தெரு விளக்கின் அடிப்படையில் ஒளி அமைப்பதா என்பது ஒளிப்பதிவு இயக்குநரின் தனிப்பட்ட விருப்பம் என்றாலும், நகரத்தின் பின்னணியில் காட்சி அமைக்கும்போது தெரு விளக்கின் ஒளியமைப்பை பின்பற்றி ஒளியமைத்தால் சிறப்பாக இருக்கும். மேலும், சாலையில் ஈரப்பசையிருந்தால் அதில் ஒளிபட்டு மின்னுவது ஒளியமைப்புக்கு வலுவூட்டும்.

நிலா வெளிச்சத்தின் அடிப்படை பொதுவாக நீல நிறமாகவே பின்பற்றப்படுகிறது. சில ஒளிப்பதிவாளர்கள் சாம்பல் நிறத்தன்மை அல்லது மயில்நீல (cyan) நிறத்தோற்றத்தையும் உருவாக்குவார்கள்.

நீல நிறத்தன்மை அடைய ஒளிவிளக்கில் சி.டி.பி. ஒளி ஜெல்களை பயன்படுத்தலாம்.

தெரு விளக்கின் நிறத்தைக் குறிக்க மஞ்சள் ஒளி ஜெல்கள் சி.டி.ஓ. ஆகியன அதிகம் பயன்படுத்தப்பட்டாலும், இன்று தெரு விளக்குகளின் அடிப்படையும் மாற்றமடைந்து வருகிறது. சோடியம் விளக்குகளுக்கு பதிலாக எல்.இ.டி. பல்புகள் பொருத்தப்படுவதால் அவை கூல் வொயிட் (cool white) ஆகவும் உள்ளது.

நீண்ட பரப்புக்கு ஒளியமைக்க முதலில் ஒளிவிளக்குகளை உயர்வான நிலையிலிருந்து பாய்ச்ச கோடா (Goda), ரோஸ்டம் ஸ்டாண்ட் (Rostum stand), கிரேன்கள் (crane) பயன்படுத்தப்படும். சில சமயங்களில் உயரமான கட்டடங்களில் உள்ள மாடிகளிலிருந்தும் ஒளியைப் பாய்ச்சலாம்.

இதற்கென்று பிரத்யேகமாக உருவாக்கப்பட்டவைதான் பலூன் லைட்டுகள். அவை ஹீலியம் வாயு (Helium gas) மற்றும் ஒளி விளக்குகள் கொண்ட அமைப்பானது நல்ல உயரத்தில் நிலை கொள்ள வைத்து ஒரு பெரிய பரப்பிற்கு பரவலான வெளிச்சத்தை அமைக்க முடியும்.

பலூன் லைட் மூலம் ஒளியமைப்பை செயல்படுத்த அரைமணி நேரம் தேவைப்படும். இவை ஒற்றை இலக்கிலிருந்து வருவதால் மிக நேர்த்தியாக ஒளிவடிவம் பெற முடியும்.

பலூன் லைட்டுகளின் வாடகை மிகவும் அதிகம் என்பதால், அத்திரைப்படத்தின் பட்ஜெட் குறித்தும் சிந்தித்து பிறகு முடிவு செய்ய வேண்டும்.

இரவு நேர ஒளியமைப்புக்கு ஹெச்.எம்.ஐ. பாற் **(HMI PAR)**, டங்ஸ்டன் **(Tunsgten)**, டினோ **(Dino)** ஆகியன அதிகம் பயன்படுத்தப்படும் ஒளிவிளக்குகள்.

மிகச்சமீபத்தில் ட்ரோன் **(Drone)** மூலம் எல்.இ.டி. விளக்குகளை பொருத்தி உயரத்திலிருந்து ஒளியூட்டப்படுகிறது. ட்ரோன் மூலமாக மிக எளிதாக ஒளிப்பதிவாளர் விரும்பும் உயரம் மற்றும் கோணத்திலிருந்து ஒளியமைக்கலாம். ஆனால், காற்று சற்று அதிகமாக இருந்தால் அதை நிலைகொள்ள **(position)** வைப்பது சிரமமாகும்.

ஐ.எஸ்.ஓ.
(ISO)

காமிராவின் சென்சார் ஒளி உணர்திறன் ஐ.எஸ்.ஓ. எண்களால் அறியப்படுகிறது.

ஒளியானது சென்சாரில் படும்போது ஒவ்வொரு காமிராவிற்கென்று வெவ்வேறு உணர்திறன் நிலை **(sensitivity)** உள்ளது. அது ஐ.எஸ்.ஓ. எண்களால் அளவிடப்படுகிறது. அதிக ஐ.எஸ்.ஓ. **(ISO)** எண்களால் காமிராவில் ஒளி உணர்திறன் அதிகரிக்கிறது. குறைந்த ஐ.எஸ்.ஓ. **(ISO)** எண்களால் காமிராவில் ஒளி உணர்திறன் குறைகிறது.

அதிக ஒளி இருந்தால் பொதுவாக குறைந்த ஐ.எஸ்.ஓ. எண்ணை பயன்படுத்துவார்கள். குறைந்த ஒளி இருந்தால் காட்சியை சரியாக பதிவு செய்ய ஒளி உணர்திறனை அதிகரிக்க வேண்டி ஐ.எஸ்.ஓ. வை அதிகரிப்பார்கள்.

காமிராவில் சென்சாரின் திறனைக்கொண்டே ஐ.எஸ்.ஓ. செயல்பாடுகள் இருக்கும்.

பொதுவாக ஐ.எஸ்.ஓ. 100, 200, 400, 500, 640, 800, 1000, 1600, 2000 இப்படி 10000க்கு மேற்பட்டும் இருக்கும். அதேபோல, அதிக ஐ.எஸ்.ஓ. எண்களைப் பயன்படுத்தும்போது காட்சிகளில் இருண்ட பகுதிகளில் புள்ளிகள் தோன்ற **(digital noise)** வாய்ப்புள்ளது.

‘ஒளி அளவை’ கட்டுப்படுத்த எந்த ஐ.எஸ்.ஓ. எண்ணை காமிராவில் பயன்படுத்த வேண்டும் என்று ஒளிப்பதிவாளர் தீர்மானிக்க வேண்டும். குறைந்த ஒளியை பயன்படுத்தும்போது ஐ.எஸ்.ஓ. எண்களை அதிகரித்து சரியான எக்ஸ்போசர் அமைத்தால் காட்சியில் நிறம், காண்ட்ராஸ்ட், நிழல் பகுதியில் உள்ள கருமை நிற ஒளி ஆகியன மேம்பட்டிருக்க வேண்டும்.

பெரும்பான்மையான டிஜிட்டல் காமிராக்களில் உள்ள சென்சாரின் அடிப்படை ஒளி உணர்திறன் (base sensitivity) ஐ.எஸ்.ஓ. 800 – 2000 ஆக உள்ளது. அவை குறைந்த ஒளியமைப்பை உருவாக்க ஏதுவாக இருக்கும்.

சென்சாரின் அளவு கூடும்போது ஒளி உணர்திறனும் அதிகரிக்கிறது.

ஃபுல் ஃபிரேம் சென்சார் (full frame censor), சூப்பர் 35 எம்.எம். சென்சார் அளவுகொண்ட காமிராக்கள் நல்ல ஒளி உணர்திறன் வாய்ந்தவை.

ரெட் டிராகன், ஆரி அலெக்ஸா, சோனி எஃப் 55 மற்றும் 65 காமிராக்கள் குறைந்த ஒளியில் சிறப்பாக செயல்படக்கூடியவை.

குறிப்பாக, டி.எஸ்.எல்.ஆர். வகை காமிராக்களான சோனி ஏ7 எஸ்II (A7 S2), கேனான் மார்க் IV ஆகியன ஃபுல் ஃபிரேம் சென்சார் கொண்டவை. ஐ.எஸ்.ஓ. 5000க்கும் மேற்பட்டு தேர்வு செய்து படமாக்கினாலும் காட்சிகள் சிறந்த தரத்துடன் இருக்கும்.

ஹை ஸ்பீட் லென்ஸ்
(High speed lens)

ஒளியானது லென்ஸ் வழியாகச் செல்லும்போது காட்சிகளின் தன்மைக்கு ஏற்றவாறு “ஒளி அளவை” தீர்மானிக்க வேண்டி அப்பர்சர் என்ற விருப்பம் லென்ஸில் உள்ளது.

ZEISS SUPER SPEED M
18, 25, 35, 50, 85mm (and a fairly rare 6

அப்பர்சர் திறப்புகளை “எ.:ப்” அல்லது “டி” ஸ்டாப் என்ற எண்களால் நிர்மாணிக்கப்படுகிறது.

F 1.2 / 1.4 / 1.8 / 2 / 2.8 / 3.1 / 3.5 / 4 / 5.6 / 8 / 11 / 16 / 22 / 32

“எ.:ப்” எண்கள் அதிகரிக்க அதிகரிக்க ஒளியின் அளவு காமிராவுக்குள் செல்வது குறையும். பொதுவாக ஹை ஸ்பீட் லென்ஸ் என்பதை அப்பர்சர் திறப்பை வைத்தே சொல்லப்படுவதுண்டு. குறைந்த “எ.:ப்” எண் கொண்ட லென்ஸ் அதிக வெளிச்சத்தை காமிராவுக்கு செலுத்தும்.

ஹை ஸ்பீட் லென்ஸ் என்றால் குறைந்த அப்பர்சர் எண் மூலம் அதிக ஒளியை காமிராவுக்கு செல்ல அனுமதிக்கிறது.

பொதுவாக பெரும்பாலான லென்ஸ் தயாரிப்புகளின் குறைந்த அப்பர்சர் எண் 2.8 ஆக இருக்கும். இதற்கும் குறைந்த அப்பர்சர் எண் கொண்ட லென்ஸ் தயாரிப்புகள் ஹை ஸ்பீட் லென்ஸ் என்று அழைக்கப்படுகிறது.

குறைந்த ஒளியமைப்பை நிர்மாணிக்கும் பட்சத்தில் ஹை ஸ்பீட் லென்ஸில் உள்ள குறைந்த அப்பர்சர் எண் பயன்படுத்தும்போது, அதிக ஒளியை லென்ஸ் அனுமதிப்பதால் .:பிரேமில் உள்ள நிழல் பகுதியின் விஷுவல் விவரங்களையும் நன்றாக பதிவு செய்ய முடியும்.

ஆரியின் மாஸ்டர் ப்ரைம் (master prime) குக் எஸ் 4/5 ஐ (cooke s 4/5 i) போன்ற லென்ஸ் தயாரிப்புகள் ஹை ஸ்பீட் லென்ஸுக்கான உதாரணமாகக் கொள்ளலாம்.

குறைந்த அப்பர்சர் எண் பயன்படுத்தும்போது குறைந்த ஒளியமைப்புக்கு உகந்ததாக இருந்தாலும் டெப்த் ஆ.:ப் .:பீல்ட் (Depth of field) குறைவாகவே இருக்கும்.

இரவில் ஒளியமைப்பை மேற்கொள்ளும் போது எப்போதும் இருள் சூழ்ந்து இருக்க வேண்டும் என்று எந்த அவசியமும் இல்லை. உதாரணத்திற்கு திருமணக் கொண்டாட்டம், இரவு நேர ஸ்டேடியம் ஒளியமைப்புகள் பிரகாசமாகவே இருக்கும். ஒரே வித்தியாசம், பகலில் இருப்பதுபோல் ஆம்பியண்ட் லைட் (ambient light) இருக்காது.

14

லூமா பேனல் ஒளி விளக்குகள்
Luma Panel Lights

லூமா பேனல் ஒளி விளக்குகள்

அளவில் மிகப் பெரியதான லூமா ஒளி விளக்குகளானது, ஒரு நீண்ட பரப்பிற்கு பிரகாசமான மற்றும் மென்மையான வெளிச்சத்தைக் கொடுக்கக்கூடியது.

அளவில் மிகப் பெரியதான லூமா ஒளி விளக்குகளானது, ஒரு நீண்ட பரப்பிற்கு பிரகாசமான மற்றும் மென்மையான வெளிச்சத்தைக் கொடுக்கக்கூடியது.

'டி8' (T8) தொழில்நுட்பத்தை அடிப்படையாகக் கொண்டுள்ள லூமா ஒளிர்வு விளக்குகளில் (flourescent lamps) டி8 என்பது டியூப்புகளின் அளவைக் குறிக்கிறது. ஒவ்வொரு டியூப்பின் குறுக்களவும் (diameter) ஒரு இன்ச் ஆகும்.

ஒவ்வொரு பேனலிலும் 28 பல்புகள் பொருத்தும் வகையில் லூமா ஒளிர்வு விளக்குகள் தயாரிக்கப்படுகின்றன. ஒளியைக் கூட்டவும் குறைக்கவும் உதவும் டிம்மர் தேர்வும், ஒளியமைப்பை டி.எம்.எக்ஸ் (DMX) மூலமாக கட்டுப்படுத்த உதவும் பயன்பாடுகள் கொண்டது.

அதாவது நீண்ட வரிசையில் உள்ள மொத்த விளக்குகளின் செயல்பாட்டை ஒருங்கிணைத்து டிஜிட்டல் தொழில்நுட்பத்துடன் செய்வதே டி.எம்.எக்ஸ் ஆகும்.

ஒளியை நல்ல உயரத்தில் இருந்து பாய்ச்ச இவ்விளக்குகளை தாங்கமைவுபாலத்தில் (Truss) எளிதாக பொருந்தும் வண்ணம் வடிவமைக்கப்பட்டுள்ளது. கூடவே நீண்ட வரிசையில் விளக்குகளை ஒன்றிணைத்து பாய்ச்சும் வசதியும் உள்ளது.

இரவு நேர வெளிப்புற ஒளியமைப்புக்கு லூமா விளக்குகள் மிகவும் பயன்தரக்கூடியது. அதன் ஒளி வெளிப்பாடு நீண்ட பரப்பிற்கு மென்மையான திடமான வெளிச்சம் அளிப்பதோடு சிமிட்டொளியை (flicker) உண்டாக்குவதில்லை. பல்வேறு நிறத்தேர்வுகளுக்கு (3200, 5500 டிகிரி கெல்வின்) ஏற்ப பல்புகளை மாற்றிக்கொள்ளலாம்.

இந்தியாவில், ஒளிப்பதிவாளர் நீரவ் ஷா லூமா விளக்குகளை தனது எந்திரன் 2.0 திரைப்படத்தில் பயன்படுத்துவதோடு ஒளிர்வு விளக்குகளை தொடர் பயன்பாட்டிற்காகவும் வாங்கியுள்ளார்.

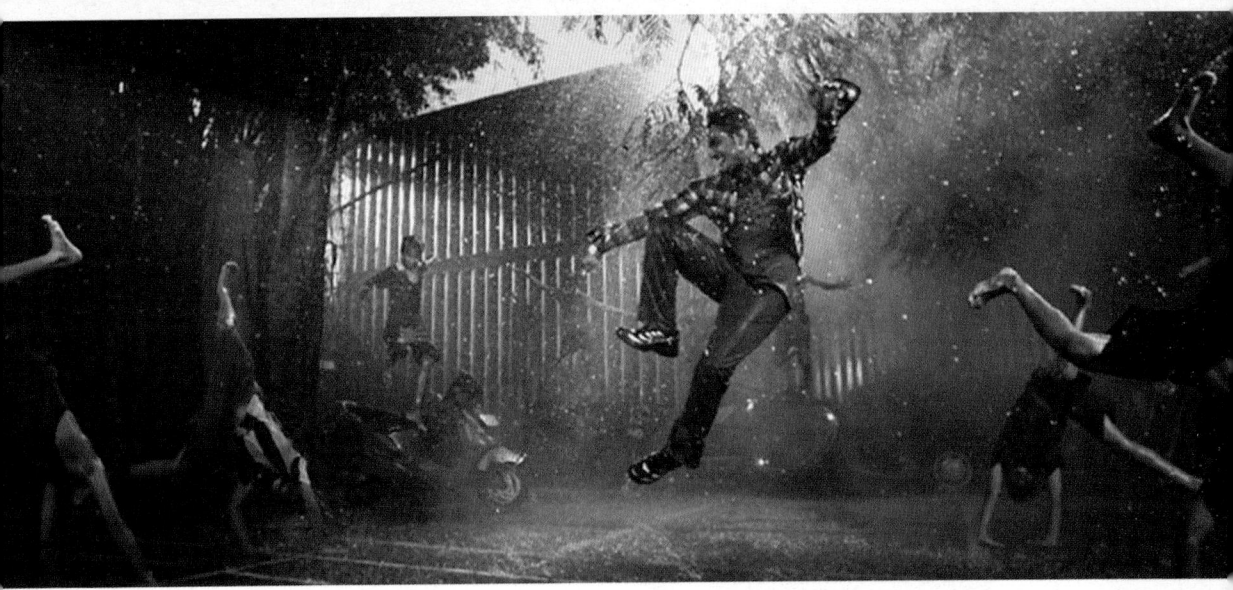

15 ஒளியமைப்பு - ஹை ஸ்பீட் ஒளிப்பதிவு (High speed Cinematography)

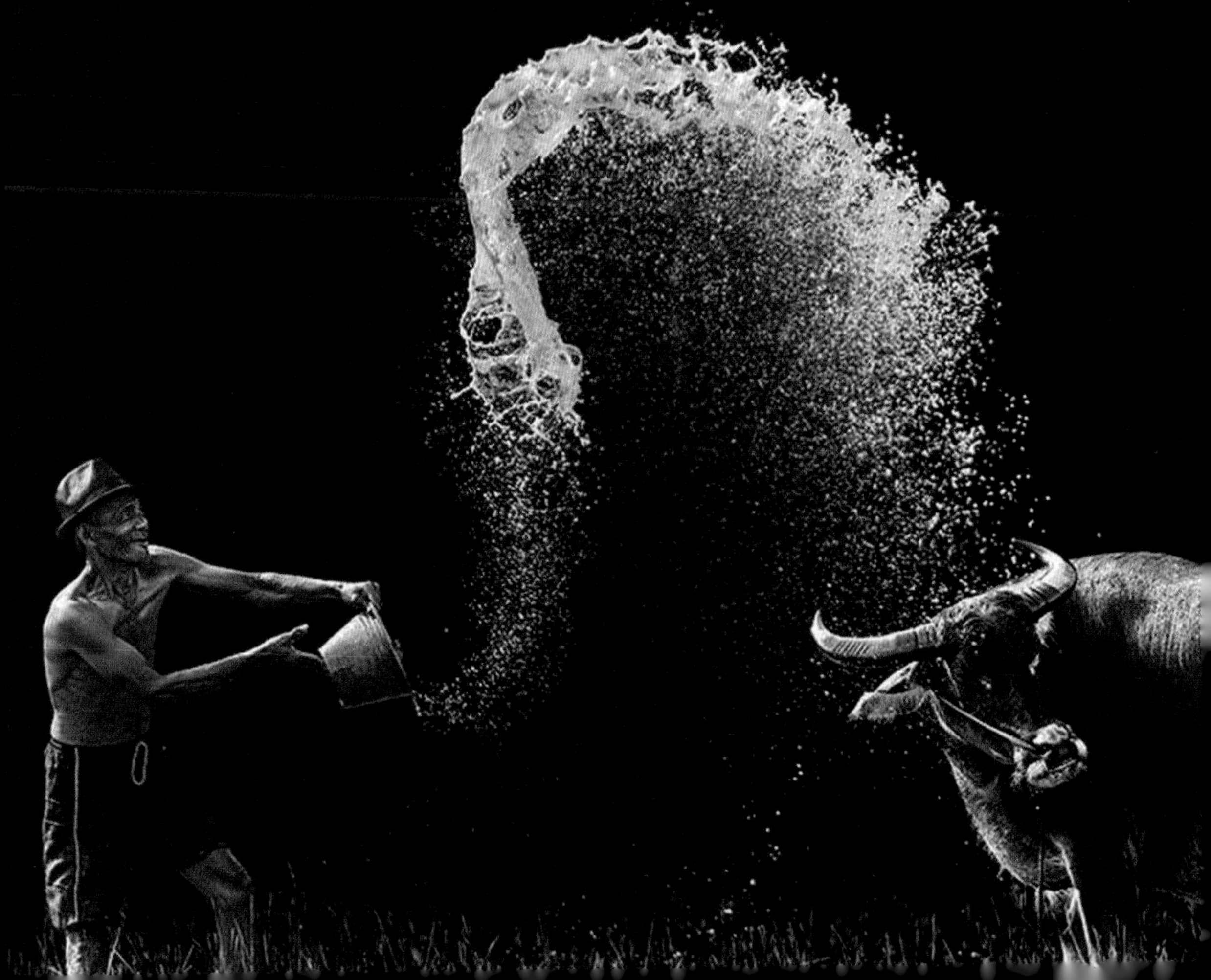

ஒளியமைப்பு – ஹை ஸ்பீட் ஒளிப்பதிவு (High speed Cinematography)

நொடிக்கு 24 ஃபிரேம்களுக்கு மேல் காட்சிகளைப் பதிவு செய்வது ஹைஸ்பீட் ஒளிப்பதிவு என்று அழைக்கப்படுகிறது.

ஹஸ்பீட் ஒளிப்பதிவு செய்யப்பட்டதை பொது விதிமுறைக்கு உட்பட்ட நொடிக்கு 24 ஃபிரேம் என்ற அடிப்படையில் இயங்கும் ப்ரொஜெக்ஷனில் பார்க்கும்போது அக்காட்சிகள் ஸ்லோ மோஷன் காட்சிகளாக (slow motion) இருக்கும்.

'வைல்ட் பஞ்ச்' (wild bunch) திரைப்படத்தில் தொடங்கி இன்று வரை ஸ்லோ மோஷன் காட்சிகள் பல்வேறு திரைப்படங்களில் இடம்பெற்று வருகின்றன.

ஸ்லோ மோஷன் காட்சியை படமாக்கும்போது எவ்வளவு ஃபிரேம் ரேட் கூடுகிறதோ அதற்கு ஏற்ப ஒளியமைப்பும் எக்ஸ்போசரும் இருக்க வேண்டும். அதாவது, ஒன்று ஒளியமைப்பை கூட்ட வேண்டும் அல்லது காமிராவில் ஐ.எஸ்.ஓ. கூடுதலாக வைத்தோ, அப்பர்சர் எண்களை குறைத்தோ ஒளியின் அளவை அதிகரித்துக் கொள்ள வேண்டும்.

ஹை ஃபிரேம் ரேட் தொழில் நுட்பத்தில் இயங்கும்போது ஒளிவிளக்குகளில் இருந்து வெளிப்படும் வெளிச்சத்தில் சிமிட்டொளி (flicker) இல்லாமல் இருக்க வேண்டும்.

சூரிய ஒளியில் படமாக்கும்போது எந்தவித பிரச்னையுமில்லை. ஆனால், செயற்கை ஒளிவிளக்குகளை பயன்படுத்தும்போது மிகக்கவனமாக இருக்க வேண்டும். காரணம், நாம் பயன்படுத்தும் ஒளிவிளக்குகளில் இருந்து வரும் ஒளிர்வானது தொடர்ச்சியாக வெளிப்படுவதில்லை. ஒளியின் அடர்த்தியில் (intensity) அவ்வப்போது மாற்றம் நிகழ்ந்துகொண்டே இருக்கும். நொடிக்கு 120 முறை 50 ஹெர்ட்ஸ் என்ற சுழற்சிக்கு இவை மிக விரைவாக நடப்பதால், மனிதக் கண்களுக்கு புலப்படுவதில்லை. ஆனால், ஸ்லோமோஷன் காட்சிகளைப் படமாக்கும்போது அம்மாற்றம் ஒளியின் குறுக்கீடு விளைவுகளாக மாறி சிமிட்டொளி பதிவாகிறது.

அப்படி பதிவு செய்யப்படும் காட்சிகளைப் பின்னர் திரைப்படத்தில் பயன்படுத்த முடியாமல் போகும். அதனால், சிமிட்டொளி (flicker) இல்லாத ஒளிவிளக்குகளை பயன்படுத்த வேண்டும்.

ஒளியை பவுன்ஸ் அல்லது விரவிகள் மூலம் படரச்செய்யும் போதும் சிமிட்டொளியை மட்டுப்படுத்தலாம்

ஹெச்.எம்.ஐ.

ஹெச்.எம்.ஐ. பல்புகள் மின்னுமிழ்வு விளக்குகள் (discharge lights) வகையைச் சார்ந்தவையாதலால், இவ்விளக்குகளை மேக்னடிக் பாலஸ்ட் (magnetic ballast) மூலம் பயன்படுத்தும்போது மிக அதிகமான சிமிட்டொளியை வெளிப்படுத்தும். அதுவே எலக்ட்ரானிக் பாலஸ்ட் (electronic ballast) மூலம் பயன்படுத்தும்போது பெரும்பாலும் சிமிட்டொளி இருப்பதில்லை. எனினும், ஹெச்.எம்.ஐ. பல்புகளை அதன் ஆயுட்காலம் முடிந்த பிறகு பயன்படுத்தினாலும் சிமிட்டொளியை உருவாக்கும்.

ஸ்லோமோஷன் காட்சிகளின் ஒளியமைப்புக்காக ஆரி நிறுவனம் உயர் அதிர்வெண் **(high frequency)** கொண்ட 1000 ஹெர்ட்ஸ் பாலஸ்ட்டுகளை பிரத்யேகமாகத் தயாரித்துள்ளது. இதன் மூலம் 125 வாட்டிலிருந்து 4000 வாட் வரை அனைத்து ஹெச்.எம்.ஐ. விளக்குகளுக்கும் இவ்வகை பாலஸ்ட்டுகள் உள்ளன.

இதன் மூலம் காமிராவில் நொடிக்கு 10,000 ஃபிரேம்கள் பதிவு செய்தால்கூட சிமிட்டொளி இருக்காது.

டங்ஸ்டன் விளக்குகள்

பொதுவாக டங்ஸ்டன் ஒளி விளக்குகள் சிமிட்டொளியை உருவாக்குவதில்லை என்று நம்பப்படுகிறது. எனினும், 1000 கிலோவாட்டுக்கு குறைவான டங்ஸ்டன் ஒளிவிளக்குகள் சற்று சிமிட்டொளியை உருவாக்க வாய்ப்புள்ளது.

அதேபோல, டங்ஸ்டன் ஒளிவிளக்குகளை டிம்மர் மூலம் பயன்படுத்தினாலும் சிமிட்டொளி உருவாகும்.

எந்த ஃபிரேம் ரேட்டில் படமாக்கினாலும் 5 மற்றும் 10 கிலோ வாட்டிற்கு மேற்பட்ட சக்திகொண்ட டங்ஸ்டன் ஒளிவிளக்குகள் முற்றிலும் சிமிட்டொளியை வெளிப்படுத்தாது.

ஒளிர்வு விளக்குகள் (Fluorescent Lamps)

ஒளிர்வு விளக்குகள் பொதுவாக ஹை ஸ்பீட் ஒளிப்பதிவிற்கு உகந்தது அல்ல. எனினும் கினோஃப்ளோ **(Kino Flo)** விளக்குகள் நொடிக்கு 150 ஃபிரேம்கள் வரை சிமிட்டொளியை வெளிப்படுத்துவதில்லை.

கினோஃப்ளோ 'டிவா' **(Diva)** 400 என்ற ஒளிர்வு விளக்கு நொடிக்கு 1,000–24,000 ஃபிரேம் பதிவிற்கு சிமிட்டொளியை உருவாக்குவதில்லை.

கினோஃப்ளோ விஸ்டா பீம் **(Vista beam)**, பாரா பீம் **(para beam)** போன்ற விளக்குகள் ஸ்லோ மோஷன் காட்சிகளுக்கு ஒளியமைக்க உகந்தவையாகும்.

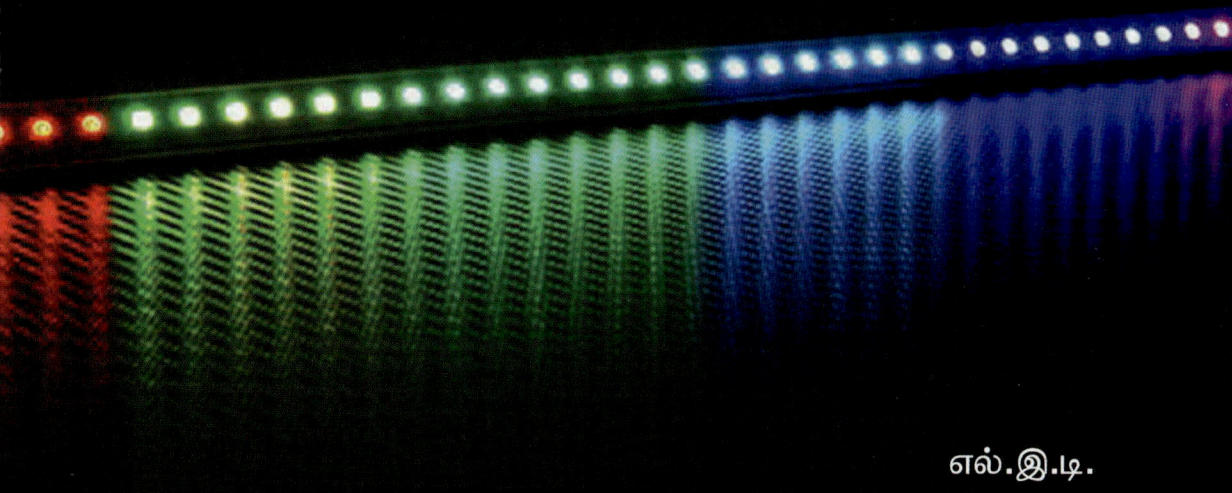

எல்.இ.டி.
(LED)

திரைப்படத் தயாரிப்புக்கென பிரத்யேகமாக உருவாக்கப்படும் எல்.இ.டி. ஒளி விளக்குகள் சிமிட்டொளியை வெளிப்படுத்துவதில்லை. ஆனால், அவ்விளக்குகளில் உள்ள டிம்மர் பயன்படுத்தினால் சிமிட்டொளியை வெளிப்படுத்தும்.

ப்ளாஸ்மா
(Hive Plasma)

ஹைவ் ப்ளாஸ்மா ஒளி விளக்குகள் கொண்டு எந்த ஃபிரேம் ரேட்டில் வைத்துப் படமாக்கினாலும் சிமிட்டொளியை உருவாக்காது.

வாஸ்ப் 1000, வாஸ்ப் 250 என்ற இரு மாடல்களில் வரும் இவ்விளக்குகள் ஸ்லோமோஷன் காட்சிகளுக்கு ஒளியமைக்க பரிந்துரை செய்யப்படும் ஒளிவிளக்குகள் ஆகும்.

16
நகரும் கதாபாத்திரங்கள்
Lighting for Moving Characters

நகரும் கதாபாத்திரங்கள்
(Lighting for Moving Characters)

திரைப்பட ஆக்கத்தில் காமிரா நகர்வுகளின் முக்கியத்துவத்திற்கு சற்றும் சளைத்ததல்ல அக்காட்சியில் இடம்பெறும் கதாபாத்திரங்களின் நகர்வுகள். அதற்கு ஏற்றவாறு ஒளியமைப்பதற்கு முன் ஒளிப்பதிவாளர் இயக்குநருடன் கலந்தாலோசித்து கதாபாத்திரங்களின் ஆரம்பம் மற்றும் நகர்வுகளின் இறுதி நிலையை அறிந்து கொள்ள வேண்டும்.

கதாபாத்திரங்களின் நகர்வுகளில், அதாவது ஓர் இடத்திலிருந்து மற்றொரு புள்ளிக்கு செல்லும் வரை சீரான ஒளியமைப்பு வேண்டுமா அல்லது கதையின் தன்மைக்கு ஏற்றவாறு ஒளியின் அளவில் மாற்றங்களை உருவாக்க வேண்டுமா என்பதை ஒளிப்பதிவாளர் தீர்மானிக்க வேண்டும்.

ஒளிவிளக்குகளிலிருந்து வெளிப்படும் ஒளியின் அளவை தூரத்தின் அடிப்படையில் அறிவதற்கு எதிர்விகித இருபடி (Inverse square law) விதிமுறையை பின்பற்றலாம்.

எதிர் விகித இருபடி விதி (Inverse Square Law)

இந்த விதியின் மூலம் ஒளியின் அடர்த்தி அதன் தூரம் கொண்டு வேறுபடுவதை அறிய முடியும்.

ஒளியின் அளவானது அதன் சதுர தூரத்திற்கு தலைகீழ் விகிதத்தில் அளவு விகிதம் கொண்டுள்ளதாகக் கருத வேண்டும்.

உதாரணம்: படமாக்கும் பொருளிலிருந்து ஒரு மீட்டர் தூரத்தில் ஒளி விளக்கு வைக்கப்பட்டு ஒளியின் அளவு எடுக்கப்படுகிறது.

அதே ஒளி பொருளிலிருந்து இரண்டு மீட்டர் தூரத்தில் சதுர அடியின் விகிதம் நான்கு ஆகிறது. அதன் தலைகீழ் விகிதம் 1/4 ஆகிறது.

எதிர் விகித இருபடி விதியின் படி பார்த்தால், ஒரு மீட்டர் தூரத்தில் இருந்த வெளிச்சம் இரண்டு மீட்டர் தூரத்தில் அந்த பொருளில் 1/4 ஒளி அளவே இருக்கும். அதாவது 75% சதவிகித ஒளி இழப்பீடு இருக்கும்.

ஒளியானது ஒரு மீட்டர் தூரத்திலிருக்கும் அளவானது இரண்டு மீட்டர் தூரத்தில் அளவிடும்போது பாதி அளவு தான் குறையும் என்று நாம் மனதில் நினைப்போம். ஆனால் இன்வர்ஸ் ஸ்க்வையர் லா என்று ஆங்கிலத்தில் அழைக்கப்படும் இவ்விதியின் மூலம் பார்த்தால் ஒளியானது இரண்டு மீட்டர் தூரத்தில் ஒளியின் அளவு 1/4 பங்கு மட்டுமே இருக்கும். அதே மூன்று மீட்டர் தூரத்தில் 1/9 அளவே ஒளி இருக்கும்.

அதே போல ஒளிக்கருவியிருந்து 8 அடிக்கு நகர்த்தினால் ஒரு அடியிலிருந்த வெளிச்சத்தை விட 1/64 அளவு ஒளியே இருக்கும்.

கதாபாத்திரங்களின் நகர்வுகளுக்கு சீரான ஒளியமைப்பை பெற பரந்த ஒளியமைப்பு (broad lighting) முறை சிறப்பாக இருக்கும். அதற்கு ஒளியை விரவிகள் மூலமாக படரச்செய்யலாம்.

கதாபாத்திரங்களின் நகர்வுகளில் சீரற்ற அல்லது பல்வேறு ஒளி அளவுகளில் ஒளியமைக்க விரும்பினால் ஒளிவிளக்குகளை டாப் லைட் முறையில் அமைத்தால் வெவ்வேறு நிலைகளில் ஒளிவிளக்குகளின் வெளிச்சத்தை மாற்றி அமைக்கலாம்.

உதாரணம்: ஹோட்டலின் உட்புறநடைபாதையில் கதாபாத்திரம் காமிராவை நோக்கி நடந்துவருகிறது என்றால், டாப் லைட் முறையில் ஒளி அமைத்தால் குறிப்பிட்ட பகுதியில் ஒளியின் அளவை அதிகமாகவும் சற்றே முன்னர் வரும்போது வேறு ஒளிவிளக்கின் மூலம் குறைவான வெளிச்சத்தையும் உருவாக்கலாம்.

ஒளிவிளக்கின் மூலம் ஒளியை செலுத்தும்போது, பொதுவாக தூரத்திலிருந்து அருகே வரும்போது ஒளியின் அளவும் வெளிச்சமும் அதிகரிக்கவே செய்யும். அப்போது ஒளிப்பதிவாளர் எக்ஸ்போசர் தேர்வு செய்த நிலையிலிருந்து கதாபாத்திரம் முன்னேறும் போது ஏற்படும் அதிக ஒளியை கட்டுப்படுத்த ஒளி விளக்கின் முன் விரவிகள், கம்பிவலைகள் ஆகியவற்றை சற்றே (பாதி அளவில்) உயர்த்தி பயன்படுத்தலாம்.

காமிரா கதாபாத்திரங்களை பின் தொடர்ந்தபடியோ அல்லது கதாபாத்திரங்களுக்கு முன்னால் செல்ல வேண்டிய நகர்வுகளின்போதோ, அதாவது காமிராவும் கதாபாத்திரங்களும் ஒரே திசையில் நகர்ந்து செல்லும் போது காமிராவின் அருகில் சீன பந்து அல்லது சிறிய எல்.இ.டி. பேனல் ஒளிவிளக்குகளை பயன்படுத்தினால் ஒளி மிகவும் மென்மையாகவும் ஷாட் முழுவதும் ஒரே சீரான தொடர் ஒளிர்வு (continuous light) பெறவும் உதவும்.

ஃபிரேமில் அகலவாக்கில் கதாபாத்திரங்கள் நகரும்போது க்ராஸ் லைட்டிங் முறையை கடைபிடிப்பது சிறப்பானது.

நீண்ட காரிடார் (corridor) களுக்கு ஒளியமைக்கும்போது ஆங்காங்கே பக்கவாட்டில் உள்ள கதவு வழி, ஜன்னல் வழி ஆகிய நிலைகளிலிருந்தும் ஒளியூட்டலாம்.

ப்ராக்டிகல் விளக்குகளும் ஃபிரேம்களில் இடம் பெறலாம் என்பதால் அதன் மூலமாகவே ஆங்காங்கே வெளிச்சத்தை அளிக்கலாம்.

நகரும் கதாபாத்திரம் அல்லது கூறுகளுக்கு ஃபிரேமில் உள்ள மையப்பகுதிக்கு முதலில் ஒளியமைக்க ஆரம்பிக்க வேண்டும். பின்னர் கூடுதல் கீ லைட்டுகளை வைத்து நகரும் இடைப்பட்ட பகுதிக்கு ஒளியூட்டலாம். கூடவே கீ லைட்டுகளின் தன்மைக்கு ஏற்றவாறு நிரப்பொளி (fill light) பயன்படுத்தி ஒளியமைப்பில் சமநிலை உருவாக்க முயற்சிக்கலாம்.

ஒளியமைப்புப் பணி முடிந்த பின்னர் நடக்கும் காட்சிக்கான ஒத்திகையின் போது, கதாபாத்திரங்களுக்கு ஏற்ப சரியான நிலையில் ஒளியமைப்பு இருக்கிறதா என்று பார்க்க வேண்டும்.

உட்புறம்
(Interior filming)

பகல் நேரத்தில் படமாக்கும்போது முடிந்த அளவு ஆம்பியண்ட் ஒளியை (ஜன்னல், கதவு வழியாக வருபவை) பயன்படுத்த முயற்சிக்க வேண்டும். அதற்கு ஏற்ப நிரப்பொளியை சிறிய விளக்குகள் மூலமாக ஒளியூட்டலாம்.

காமிராவில் ஐ.எஸ்.ஓ. 800 அல்லது 1000 தேர்வு செய்யும்போது குறைந்த அளவிலான ஒளியமைப்பே போதுமானது.

கதாபாத்திரங்களை ஜன்னல்/கதவு வழியாக வரும் ஒளிக்கு ஏற்ப நிலை கொள்ள வைக்கலாம்.

பெரிய டங்ஸ்டன் மற்றும் ஹெச்.எம்.ஐ. விளக்குகள் அதிக திறன் வாய்ந்த ஜெனரேட்டர்கள் இவைகளை எப்போது தேவைப்படுகிறதோ அப்போது பயன்படுத்திக்கொள்ளலாம்.

எல்.இ.டி. ஒளி விளக்குகளின் பயன்பாடு சிறப்பாக இருக்கும். அவை அதிக மின் சக்தியை பயன்படுத்துவதில்லை. ஆனால் நல்ல ஒளிர்வைத் தரக்கூடியது.

பரிந்துரைக்கப்படுபவை

- 6.5 கிலோ வாட் ஹோண்டா ஜெனரேட்டர் (Honda generator)

- மெயின் மின் பலகை (main circuit board)

- லூப் மின் பலகை (loop boards & cables)

- எல்.இ.டி. ஒளி விளக்குகள் (LED lites)

- சீன பந்துகள் + சி.எஃப்.எல். பல்புகள் / ஃபோட்டோ ஃபிளட் பல்ப்

- ப்ராக்டிகல் லைட்டுகள் (Practical lamps)

- தெர்மகோல் (Thermacole) / ஃபோம் கோர் விரவிகள் (Foamcore diffusion material)

- சன் கன் + வெண்ணிற குடையுடன் (sungun+white umbrella)

- ஒளிர்வு விளக்குகள் மைனஸ் பச்சை ஒளி ஜெல்லுடன் (fluroscent lights with minus green)

- கருப்புத்துணி / ஒளி தடுப்புக்கொடி

மேலே குறிப்பிடப்பட்டுள்ளவை பரிந்துரைதானே தவிர காட்சிகளின் தன்மைக்கு ஏற்றவாறு ஒளியமைக்கும் ஒளிப்பதிவு இயக்குநரின் முடிவே சரியானது.

குறைந்த பட்ஜெட் ஒளியமைப்பு (Lighting for low budget movies)

குறைந்த பட்ஜெட் திரைப்படங்களுக்கு ஒளியமைப்பது என்பது மிகவும் சவாலானது. பட்ஜெட் பற்றாக்குறை ஃபிரேமில் தெரிந்து விடாதவாறும் காட்சிக்கும் நியாயம் செய்வதாகவும் ஒளியமைப்பு இருக்க வேண்டும்.

திரைப்படத்திற்கான முன்தயாரிப்புப் பணிகளில் ஒளிப்பதிவாளர் தன்னை முழுமையாக ஈடுபடுத்திக்கொள்ள வேண்டும். திரைக்கதையில் ஒளிப்பதிவு சார்ந்த அனைத்துத் தகவல்களையும் பெற்றுக்கொண்டு, பிறகு செலவீனங்களைக் குறைப்பதற்கான வழிகளை ஆராய வேண்டும்.

அதில் மிக முக்கியமானது, லொகேஷன் தேர்வு செய்வதில் துவங்கி பின்னணிக்குத் தேவைப்படும் பொருட்களுக்கான (set properties) அட்டவணை தயார் செய்து கலை இயக்குநருடன் கலந்தாலோசித்து அதற்கான நிறக்குறிப்புகளையும் முன்னரே கொடுப்பது மிகுந்த பயன் தரும்.

கொடுக்கப்படும் வளங்கள் (resources) குறைவாகவோ அல்லது சில சமயங்களில் ஏற்ற ஒளிக்கருவிகளோ இல்லாத பட்சத்தில் இயக்குநர் விரும்பும்படியான ஃபிரேமை கொண்டுவருவதில் இருக்கிறது ஒரு ஒளிப்பதிவாளருக்கான சவால்.

குறைந்த பட்ஜெட் திரைப்படங்களில் ஒளியமைப்பு சிறப்பாக அமைய ஒளிப்பதிவு இயக்குநரின் திறமை மட்டுமே இன்றி அந்த திரைப்படத்தின் கதை அமைப்பும் எளிமையாக இருக்க வேண்டும்.

டிஜிட்டல் காமிராக்களின் வருகை இன்று குறைந்த பட்ஜெட்டில் தொழில்நுட்ப ரீதியாக தரமாக படமாக்கும் சாத்தியக்கூறுகளை உருவாக்கி உள்ளது. குறிப்பாக, சுயாதீன (Independent film making) திரைப்பட உருவாக்கத்திற்கு அடிப்படையாக விளங்குகிறது.

ஒரு காட்சிக்கு ஒளியமைக்கும் முன்னர் ஃபிரேமில் முதலில் எங்கு ஒளியமைக்க வேண்டாம் என்று முடிவு செய்துவிட்டால் அதன் பிறகு எங்கு ஒளி வேண்டும் அதனை எப்படி அமைக்க வேண்டும் என்பதை தீர்மானிப்பது ஒளிப்பதிவாளருக்கு மிகவும் எளிதாகிவிடும்.

இதன் மூலமாக குறைந்த எண்ணிக்கையிலான ஒளி விளக்குகளை பயன்படுத்த முடியும்.

பிரபல ஹாலிவுட் ஒளிப்பதிவாளர் ரோஜர் டீக்கின்ஸ், இந்தியாவின் தலைசிறந்த ஒளிப்பதிவாளர் பாலு மகேந்திரா போன்றோர் பெரும்பாலும் குறைந்த ஒளிவிளக்குகளையே பயன்படுத்தி வந்தார்கள்.

சில சமயங்களில் இரண்டு அல்லது மூன்று ஒளிவிளக்குகளை வைத்தே சிறந்த ஒளியமைப்பை உருவாக்கியுள்ளனர்.

இயற்கை ஒளியை God's Light என்று வர்ணித்த பாலு மகேந்திரா இயற்கையான ஒளியில் படமாக்குவதையே மிகவும் விரும்பியவர்.

Lighting for low budget movies

17
குறைந்த பட்ஜெட் ஒளியமைப்பு
Lighting for low budget movies

நடிப்பவர்களுக்கு லைட்டிங் அடையாளக் குறியான கே:பர் டேப்பை தரையில் ஒட்டவேண்டும். அதன் மூலம் நடிகர்கள் காட்சியில் நகரும்போது சரியான ஒளியமைப்பு உள்ள இடத்தில் நிலை கொள்வார்கள்.

பொதுவாக காட்சியில் ஒளியின் மூலம் (source) அதாவது ஒளியை எந்த அடிப்படையில் உருவாக்கப் போகிறோம்?

உதாரணம்: ஜன்னல் வழியாக வரும் ஒளியையோ அல்லது அறையில் உள்ள பொருட்களில் பட்டு பிரதிபலிக்கும் ஒளியையோ எவ்வாறு பயன்படுத்தப் போகிறோம் என்பதை முதலில் உறுதி செய்து விடவேண்டும். பிறகு அந்த ஒளியமைப்புக்கு ஏற்றவாறு கதாபாத்திரங்களை எப்படி நிலை கொள்ள வைக்கலாம் என்பதை முடிவு செய்வது சுலபம்.

ஒளியமைப்பின் முக்கிய நோக்கம் காட்சியின் உணர்வை மேம்படுத்தவே என்பதை கருத்தில் கொள்ள வேண்டும். அதன் பிறகே எக்ஸ்போசர் மற்றும் நகர்வுகளுக்கு வெளிச்சம் பெற வைப்பது என்பதை எல்லாம் தீர்மானிக்க வேண்டும்.

காது

விரிந்த காது அமைப்பைக் கொண்டவர்களுக்கு பின் ஒளி அமைப்பதைத் தவிர்க்க வேண்டும். பின்னொளி அமைத்தால் காதுகள் ஒளிர்வு பெற்று கவன ஈர்ப்பை பெற்றுவிடும். பின்னொளி அமைத்தால் காட்சிக்குப் பொருத்தமாக இருக்கும் என்று விரும்பினால் அவ்வொளி காதுகள் மீது படாதவாறு ஒளி தடுப்புக்கொடி மூலம் தடுத்தால் பின்னொளி காதில் படாமல் புஜத்தில் மட்டும் படும். பெண் கதாபாத்திரங்களுக்கு காதுகளை மறைப்பது போன்ற சிகை அலங்காரம் செய்வதன் மூலமாகவும் இதனை சரிப்படுத்தலாம்.

மூக்கு

மூக்கின் கீழ் நீளமான நிழல் படியக்கூடிய வாய்ப்புள்ளதால், நீளமான மூக்கு கொண்டவர்களுக்கு க்ளாமர் லைட்டிங் என்று சொல்லப்படும் பட்டாம்பூச்சி ஒளியமைப்பை செய்யக்கூடாது.

எப்போதும் மூக்கின் நுனியில் எண்ணைப்பசை மற்றும் வியர்வையும் அதிகமாக இருக்கும். அதனால் ஒளியமைப்பை முடித்த பிறகு அந்த இடத்தில் லைட் ஸ்பாட் இல்லாதவாறு பார்த்துக்கொள்ள வேண்டும். மேக்கப் மூலம் அவ்விடத்தில் உள்ள எண்ணைப்பசையை நீக்கிவிட வேண்டும்.

தலைப்பகுதி

அடர்ந்த தலைமுடி இல்லாத நடிகர்களுக்கு டாப் லைட்டிங் முறையைத் தவிர்க்க வேண்டும் அல்லது கவனமாக கையாள வேண்டும்.

அகன்ற நெற்றி உள்ளவர்களுக்கும் டாப் லைட்டிங் அல்லது நேரடி லைட்டிங் முறையை தவிர்க்க வேண்டும். பதிலாக பவுன்ஸ் லைட்டிங் மற்றும் பிளவு ஒளியமைப்பு முறை பொருத்தமாக இருக்க வாய்ப்புள்ளது.

கண்கள்தான் முகத்தின் அடையாளம் என்பதால், பொதுவாக எந்த நிலையிலிருந்து ஒளியமைத்தாலும் கண்களில் ஒளிர்வு இருக்குமாறு பார்த்துக்கொள்ள வேண்டும் என்பது பொது விதி. ஆனால் இந்த விதிமுறையை தகர்த்த படைப்புகளும் உள்ளன.

குறிப்பாக, காட்ஃபாதர் திரைப்படத்தில் பெரும்பாலான காட்சிகளில் டாப் லைட்டிங் முறையில் ஒளி அமைத்து கதாபாத்திரங்களின் கண்களில் இருள் படியுமாறு ஒளியமைப்பு செய்யப்பட்டிருந்தது. அது கேங்ஸ்டர் வாழ்க்கை பற்றிய கதையமைப்புக்கு வலு சேர்ப்பதாகவும் இருந்தது.

அதனால், ஒளியமைப்பில் திரைக்கதையின் போக்கிற்கே முக்கியத்துவம் கொடுக்க வேண்டும். இருப்பினும், கதாபாத்திரங்களின் நுணுக்கமான உணர்வுகளையும் அவர்களின் அழகையும் மெருகூட்ட காட்சிக்கு ஏற்றவாறான ஒளியமைப்பையும் செய்ய வேண்டியது ஒளிப்பதிவாளரின் கடமையாகும்.

எப்போதும் ஒளியமைப்பிற்கு உரிய விதிகளை பின்பற்ற வேண்டும் என்ற அவசியமில்லை. சில சமயங்களில் விதிகளை மீறவும் ஒளிப்பதிவாளருக்கு துணிச்சல் இருக்க வேண்டும். விதிமுறைகளைத் தளர்த்தி புதிய ஒளியமைப்பைக் பெற ஒளிப்பதிவாளருக்கு அவரது தொழில்முறை அனுபவமும், உள்மனதில் (intuition) தோன்றும் உணர்வின் மீதான நம்பிக்கையுமே கை கொடுக்கும்.

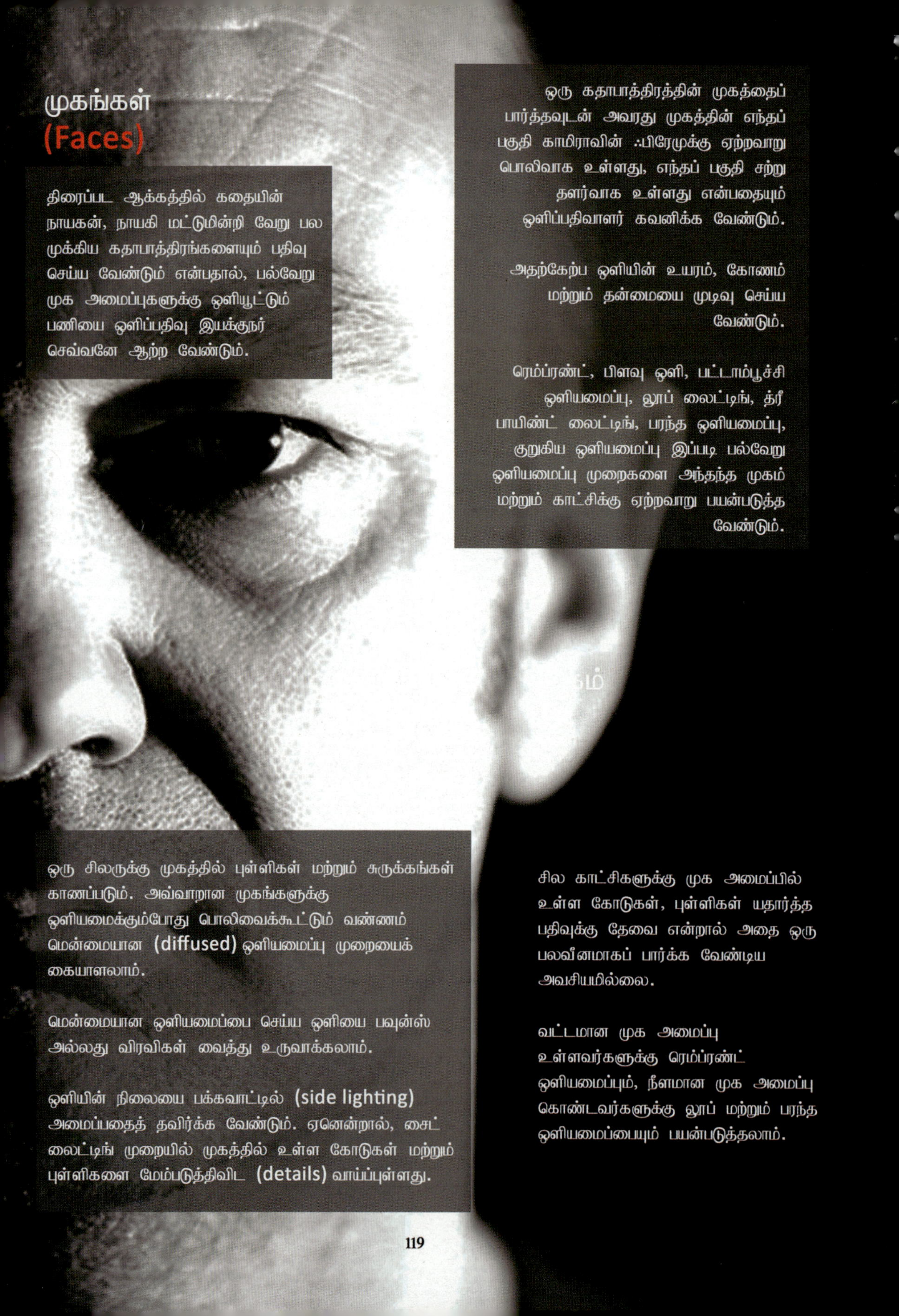

முகங்கள் (Faces)

திரைப்பட ஆக்கத்தில் கதையின் நாயகன், நாயகி மட்டுமின்றி வேறு பல முக்கிய கதாபாத்திரங்களையும் பதிவு செய்ய வேண்டும் என்பதால், பல்வேறு முக அமைப்புகளுக்கு ஒளியூட்டும் பணியை ஒளிப்பதிவு இயக்குநர் செவ்வனே ஆற்ற வேண்டும்.

ஒரு கதாபாத்திரத்தின் முகத்தைப் பார்த்தவுடன் அவரது முகத்தின் எந்தப் பகுதி காமிராவின் ஃபிரேமுக்கு ஏற்றவாறு பொலிவாக உள்ளது, எந்தப் பகுதி சற்று தளர்வாக உள்ளது என்பதையும் ஒளிப்பதிவாளர் கவனிக்க வேண்டும்.

அதற்கேற்ப ஒளியின் உயரம், கோணம் மற்றும் தன்மையை முடிவு செய்ய வேண்டும்.

ரெம்ப்ரண்ட், பிளவு ஒளி, பட்டாம்பூச்சி ஒளியமைப்பு, லூப் லைட்டிங், த்ரீ பாயிண்ட் லைட்டிங், பரந்த ஒளியமைப்பு, குறுகிய ஒளியமைப்பு இப்படி பல்வேறு ஒளியமைப்பு முறைகளை அந்தந்த முகம் மற்றும் காட்சிக்கு ஏற்றவாறு பயன்படுத்த வேண்டும்.

ஒரு சிலருக்கு முகத்தில் புள்ளிகள் மற்றும் சுருக்கங்கள் காணப்படும். அவ்வாறான முகங்களுக்கு ஒளியமைக்கும்போது பொலிவைக்கூட்டும் வண்ணம் மென்மையான (diffused) ஒளியமைப்பு முறையைக் கையாளலாம்.

மென்மையான ஒளியமைப்பை செய்ய ஒளியை பவுன்ஸ் அல்லது விரவிகள் வைத்து உருவாக்கலாம்.

ஒளியின் நிலையை பக்கவாட்டில் (side lighting) அமைப்பதைத் தவிர்க்க வேண்டும். ஏனென்றால், சைட் லைட்டிங் முறையில் முகத்தில் உள்ள கோடுகள் மற்றும் புள்ளிகளை மேம்படுத்திவிட (details) வாய்ப்புள்ளது.

சில காட்சிகளுக்கு முக அமைப்பில் உள்ள கோடுகள், புள்ளிகள் யதார்த்த பதிவுக்கு தேவை என்றால் அதை ஒரு பலவீனமாகப் பார்க்க வேண்டிய அவசியமில்லை.

வட்டமான முக அமைப்பு உள்ளவர்களுக்கு ரெம்ப்ரண்ட் ஒளியமைப்பும், நீளமான முக அமைப்பு கொண்டவர்களுக்கு லூப் மற்றும் பரந்த ஒளியமைப்பையும் பயன்படுத்தலாம்.

18
முகங்கள்
Faces

வெளிப்புறப் படப்பிடிப்பின் போது 5 இன் 1 விரவி பரப்புவான் (5 in 1 diffuser) மிகவும் பயன் அளிக்கக்கூடியது.

அதில் சில்வர், கோல்ட், வெண்மை பிரதிபலிப்பான் (reflectors) ஒளியை பிரதிபலிக்கவும், ஒளியை மென்மையாக்க ஒளி ஊடுருவவும் விரவி (diffuser), ஒளியை தடுக்க கருப்பு நிற குடைத்துணி (black cloth) ஆகியன ஒன்றன் பின் ஒன்றாக உறைபோல வட்ட வடிவில் மடங்கி விரிவடையும் தன்மையுடன் இருப்பதால், அதனை மிக எளிதாக எங்கும் எடுத்துச் சென்று பல்வேறு சூழ்நிலைகளுக்கு ஏற்றவாறு பயன்படுத்த முடியும்.

இரவு நேர வெளிப்புறக் காட்சிகளுக்கு, நீண்ட பரப்புகளுக்கு ஒளியமைக்க நல்ல ஒளி உணர்திறன் வாய்ந்த காமிராக்கள் சோனி ஏ7எஸ் 2, கேனான் மார்க் IV, சோனி எஃப் 55 ஆகியன ஐ.எஸ்.ஓ 10,000 பயன்படுத்தும்போதும் படமாக்கும் நிழல் பகுதியில் புள்ளிகள் உருவாவதில்லை.

அதனால் ஓரளவு தெரு விளக்கு வெளிச்சத்தில் சரியான பின்னணி அமைத்து நிரப்பொளி மட்டும் காமிராவுக்கு அருகில் வைத்து ஒளியூட்டலாம்.

எல்.இ.டி. விளக்குகள் 3200 டிகிரி கெல்வின் நிறவெப்பத்திற்கு கிடைக்கிறது. அது போக சன் கன் (sun gun) பாற் கேன் (PAR can) ஆகியவற்றைக் கொண்டே ஒளியமைக்க முடியும்.

குறைந்த பட்ஜெட் திரைப்படங்களின் உயிர்நாடி, யதார்த்தமான ஒளியமைப்பும் பின்னணியுமே ஆகும்.அதனால் அதிக ஒளி விளக்குகளை வைத்து அமைக்கப்படும் ஹை கீ லைட்டிங் முறையை தவிர்க்கலாம்.

அதற்கு பதிலாக லோ கீ லைட்டிங் முறையில் ஒளி மற்றும் நிழலும்தான் காட்சிக்கு அழகும் வலிமையும் சேர்க்கும்.